Hin fullkomna vegan samlokumatreiðslubók

100 nýstárlegar vegan samlokuuppskriftir fyrir hvert tækifæri

Dagur Bui

© HÖFUNDARRETtur 2024. ALLUR RÉTTUR ÁKVEÐUR

Þetta skjal er ætlað að veita nákvæmar og áreiðanlegar upplýsingar um það efni og málefni sem fjallað er um. Ritið er selt með það fyrir augum að útgefanda sé ekki skylt að veita bókhald, opinbera leyfða eða á annan hátt hæfa þjónustu. Ef ráðgjöf er nauðsynleg, lögfræðileg eða fagleg, ætti að panta starfandi einstakling í faginu.

Það er á engan hátt löglegt að afrita, afrita eða senda nokkurn hluta þessa skjals hvorki á rafrænan hátt né á prentuðu formi. Upptaka þessarar útgáfu er stranglega bönnuð og öll geymsla á þessu skjali er ekki leyfð nema með skriflegu leyfi frá útgefanda. Allur réttur áskilinn.

Fyrirvari fyrir viðvörun: Upplýsingar þessarar bókar eru sannar og tæmandi eftir því sem við best vitum. Allar tillögur eru gerðar án ábyrgðar á höfundi eða söguútgáfu. Höfundur og útgefandi afsala sér og bera ábyrgð í tengslum við notkun þessara upplýsinga

Efnisyfirlit

INNGANGUR..8
1. VEGAN HUMMUS SAMMORKI...9
2. SUPER bragðgóður VEGAN SAMMORKI......................................10
3. STAÐLAÐ SAMKOMURRISTAÐ...12
4. VEGANS TUNFA-SAMMORKI..14
5. VEGAN PASTRAMI SAMMORKA..16
6. PLÓGMAÐUR VEGAN MEÐ KÓRNSNEÐUM.......................................18
7. VEGAN SKINKUKÓRÚLLUR OG OSTSTAÐAGERÐ.................................20
8. QUORN VEGAN NUGGET TORTILLU RÚLLUR...................................22
9. QUARN PYLSUMAPJAR..24
10. QUORN FISKFRÆSAR STÖFUR VEFJABIT....................................26
11. VEGAN QUORN BAGUETTE MEÐ KJÚKLINGAKARRY SALATI 27
12. HEITLUFTSTEIKUR KVORN VEGAN NUGGET TACOS OG CHIMICHURRI...28
13. VEGAN QUORN PÂTÉ FORDRIFSNÁL..30
14. GÆNTARÍSKA HAMBARGERÐARVÖFJUR í SUÐURSTÍL QUORN 32
15. QUORN Grænmetisætishakkað burrito, sætar kartöflur, SVART BAUN OG CHIPOTLE PIPAR..34
16. Grænmetisæta BURRITOS...38
17. KÓRN FAJITAS í TENINGU MEÐ MANGÓSÓSSU...............................40
18. VEGAN SMOKY HAM FRÍAR SNEIÐAR KVORNBAGUETTE.....42
19. BÖKKUR MEÐ CASHEW KREM OG MARINERÐRI GULVÓT...43
20. VEGAN PÝSUR...45
21. VEGAN MAJONESSAMMORKA að Túnfisksstíl..............................47

22. RUNNY MAGE OG SPINATSAMORKA.................................49

23. VEGAN CLUB SAMMORKA..51

24. KLÚBBSAMMORKA - OFUR SÆKKERI 100% GRÆNTÆMAUPPskrift!..54

25. TOFU KLÚBBUR Í BEIKONSTÍL OG PUTIGNANO GANGA.......56

26. GRILLAÐ TOFU CLUB SMORKA..58

27. KIKKERTÚNFUNDUR - SAMAKOMUR..................................60

28. HEILBRIGÐ VEGAN SANDW ICHE...62

29. KLÚBBSAMMORKA EINS OG TÚNFISKMAJÓ! [GÆTTARNAR] 65

30. TÓMAT- OG GÚKUSAMMÖRKA MEÐ BASILIKU...................67

31. KJÚKLINGUR OG FRÖNGAR SAMAMORKI MEÐ SINNEPSSÓSU (VEGAN)...70

32. SAMLAKA MEÐ BRÖÐUÐUM FISKFINGUM OG TARTARSÓSU (VEGAN)...73

33. OFFRJÖTT OG holl samloka...75

34. HUMMUS SALAT FYRIR VETRARSAMKOMULÖK [VEGAN]...77

35. Gúrkusamloka fyrir fordrykk..80

36. SKAUFABRAUÐ OG GRENSALALASASMORKA....................82

37. MÍNBAGUTTUR MEÐ FRÆJUM OG KORN..........................84

38. LÍTIL ENSK SAMBORKA STOLT AF SKANDINAVÍSKA UPPRUNUM..87

39. SÉRSTÖK Grænmetissamloka...89

40. HÁTT, LÁGT GI...91

41. VEGAN Tvöfaldur sveppir og spínatsamloka MEÐ KRYDDKRÓMA...94

42. KÚKÆTU- OG AVOKADÓPASTASAMloka............................98

43. RÓFHUMMUSSAMMORKI 100
44. TOFU BEIKONSAMMORKA 102
45. VEGAN SAMMORKA MEÐ AVOCADO, RÚGULA, TÓMAT OG HINBERBERJAMAJÓ 104
46. SAMORKA BLT 107
47. VEGAN BRAUÐAR SAMMORKA 109
48. PORTOBELLO SVEPPASAMKA OG KARAMELLIÐUR LAUKUR 111
49. SMORKA MEÐ HIRSABRAUÐI 113
50. TÓMATBASILUKAMÖKUR 115
51. NÓPAL SMORKA 117
52. HÁSAMLAKA MEÐ AVOCADO ALI-OLI 119
53. SAMKVÆK AUK 121
54. TOFU SAMMORKA MEÐ MAJONES OG FERSKUM JURTUM 123
55. GRÆNTÆRSKOMANDI MEÐ GRUSKERMAJONES 125
56. AUGLÓNTAPAÐSAMKOMUR 127
57. SMORKA MEÐ TOFU 128
58. KÍNÓA OG SVEPPLASAMMORKA 130
59. SÆRÐ TÓFU SAMKOMA 132
60. GRENSAMASAMMORKA 134
61. TOFU OG MISO SAMBORKA 137
62. VILLITASPARS- OG SVEPPASAMKA 139
63. SAMLAKA MEÐ Gúrkum, GULROTUM OG SPINATI 142
64. VEGAN TOFU SAMMORKA 144
65. VEGAN TAKE AWAY SAMMORKA 146

66. SMOKUR AF PÍTUBRAUÐI OG SANFAINA...........................148
67. AVOKADÓSAMLAKA...150
68. ZUCCHINI MUTABAL..152
69. VEGAN KJÖTTBOLTASAMMORKA..................................156
70. FRÁBÆR KVÖLDVÖLDUR MEÐ VEGAN SÚRSLAÐRI SAMKOMUR...........159
71. SAMORKA DE MIGA "LÉTT"....................................160
72. VEGAN SANGUCHE FRÁ SEITAN.................................162
73. VEGAN SAMBORKA...165
74. MJÖG Auðvelt rúgbrauð....................................166
75. Hvítlauksbrauð...168
76. GRÆNTASAMMORKI..170
77. LÉTT GRENSAMASAMMORKA...................................171
78. PYLSTUGERÐ PYLSA FYRIR SAMLOKKUR........................172
79. SVEPPER, SPINAT OG TÓMATARSAMMAKA.......................174
80. AREPA DEIG..176
81. RÚLLSAMLAKA...178
82. GRÆNTAMÁL OG Gúrkusamloka................................181
83. FALAFEL, PIQUILLO PIQUR OG VEGAN SAMMORKA...............182
84. SNJÓTT HEILHveiti Pizzubrauð.............................184
85. TOFU SAMKOMUR...186
86. HÁTT VEGAN HØRFRÆBRAÐ...................................187
87. PÖGUBRAUÐ...189
88. BRAUÐ MEÐ ÓLÍFUM..191
89. KÚKÆTU-, BLÁBERJA- OG VALHNETUSALATSAMMA................193
90. RÓSMARÍN OG HLÁBRAUÐ....................................195

91. VAÐKRUSA OG HUMMUS SAMMORKA.................................197
92. ÞUNG RÚSÍNU- OG VALHNETUBRAUÐ.............................198
93. ÁLFALFA SPRUTASAMKOMUR..200
94. FÍKUMBRAUÐ...202
95. KÆKÆTUSALATSAMMA..204
96. MÚSAR..206
97. HARFARAÐUR...207
98. VEGAN TOFU RÚGBRAUÐSAMMAKA.................................208
99. HVEITARÚGUR OG SPELTABRAUÐ....................................210
100. SAMLAKA MEÐ SEITAN, ristinni papriku og sveppum......212
NIÐURSTAÐA..214

INNGANGUR

Í heimi þar sem matur er ekki bara næring heldur listform skipa samlokur sérstakan sess. Þau eru fjölhæf, flytjanleg og endalaust sérhannaðar. En hvað ef þú gætir tekið þennan klassíska þægindamat og gert hann að öllu leyti plöntubundinn? Velkomin í *Hin fullkomna vegan samlokumatreiðslubók*, þar sem við umbreytum einföldu hráefni í ljúffenga sköpun sem fullnægir hverri löngun.

Hvort sem þú ert lengi vegan, forvitinn matgæðingur eða bara að leita að ljúffengum leiðum til að fella fleiri jurtabundnar máltíðir inn í mataræðið þitt, þá er þessi bók leiðarvísir þinn. Að innan finnurðu uppskriftir sem koma á jafnvægi milli heilsu og eftirlætis, allt frá fljótlegum og auðveldum valkostum fyrir annasama virka daga til sælkerameistaraverka sem eru fullkomin til skemmtunar. Við skulum endurskilgreina hvað samloka getur verið—lag fyrir lag, bit fyrir bit.

Ertu tilbúinn að lyfta samlokuleiknum þínum?

Við skulum byrja!

1. VEGAN HUMMUS SAMMORKI

Hráefni fyrir 1 skammt

- 2 sneiðar / n Brauð (heilkornsbrauð)
- 2 msk, hrúgaður   hummus
- 3 agúrkusneiðar
- 2 tómatsneiðar
- 2 sneiðar / Avókadó
- ¼ Skattar Alfalfa spíra
- ¼ Skattar Gulrót (r), rifin

Undirbúningur

1. Ristið brauðið og dreifið 1 matskeið af hummus á hvern. Hyljið með restinni af hráefnunum og berið fram.

2. SUPER BRAGÐGÓÐUR VEGAN SAMMORKI

Hráefni fyrir 2 skammta

- 2 sneiðar af bóndabrauði
- 1 avókadó
- ½ skammtur af kjúklingabaunum
- ½ tsk kúmen
- ½ tsk rasel hanout
- ólífuolía
- salt og pipar
- 1 handfylli af spírum

Undirbúningur

2. Hitið fyrst smá ólífuolíu á pönnu fyrir þessa fullkomnu vegan samloku og steikið brauðið á báðum hliðum. Að því loknu er það tekið út og kryddinu hellt út í þar til það fer að hvessa

og lykta. Því næst er kjúklingabaununum bætt út í og steikt í um 5 mínútur, síðan vel saltað og piprað.
3. Avókadóið er skorið í sneiðar og maukað létt á brauðsneiðarnar. Síðan er samlokan toppuð með spírunum og kjúklingabaunum.

3. STAÐLAÐ SAMKOMURRISTAÐ

Hráefni fyrir 1 skammt

- 600 g speltmjöl, gerð 630
- 390ml volgt vatn
- 80 g jurtaolía, bragðlaus
- 13g salt
- 14 g sykur
- 18 g ger

Undirbúningur

1. Leysið gerið upp í vatninu. Setjið afganginn af hráefninu í blöndunarskál, bætið gervatninu út í og hnoðið svo með hrærivélinni eða matvinnsluvélinni (ég leyfði deiginu að hnoðast í góðar 5 mínútur með

vélinni). Látið svo deigið hefast í skálinni í að minnsta kosti 30 mínútur en helst í 1 klst (stundum þarf það bara að ganga aðeins hraðar).
2. Takið svo deigið úr skálinni og hnoðið vel aftur í höndunum. Skiptið deiginu síðan í 4 bita, hnoðið bitana aftur stuttlega, mótið kúlu og setjið við hliðina á hvort öðru í brauðform (30 cm brauðform) klætt með bökunarpappír eða smurt. Við skulum fara aftur. Helst þar til deigið er komið að brúninni á pönnunni (en líka hér að minnsta kosti 30 mínútur). Ef brauðið tekur aðeins stuttan biðtíma, skerið þá í miðjuna svo það rifni ekki upp á hliðunum! Hitið ofninn í 210°C yfir/undirhita, bætið síðan brauðinu út í og bakið í 10 - 15 mínútur við 210°. Færðu það svo niður í 180°C og kláraðu að baka á 30 mínútum. Ef þú ert ekki viss um hvort það sé gert skaltu banka á hliðina. Ef það hljómar holur, þá er það búið. Fallið strax úr forminu og látið kólna.

4. VEGANS TUNFA-SAMMORKI

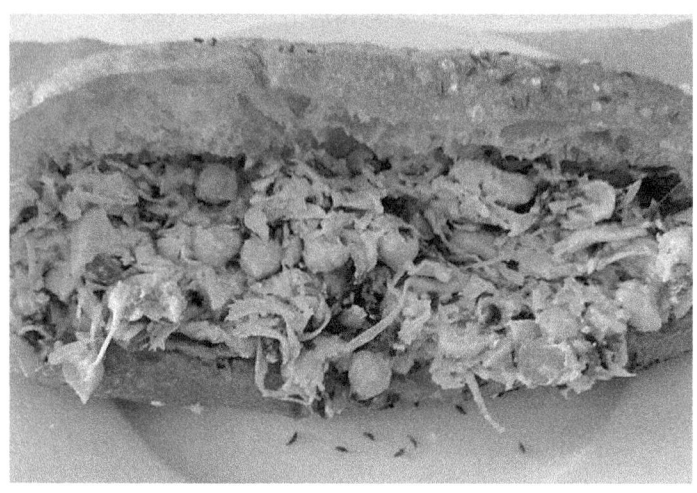

Hráefni fyrir 2 skammta

- 2 baguette(r), sálir eða álíka, vegan
- 1 skammtur af jackfruit
- 100 g kjúklingabaunir, soðnar
- 4 g þang (nori þörungar)
- 1 skalottlaukur
- 1 agúrka(r)
- 75 g sojakvarki (valkostur kvarki)
- 1 tsk sinnep
- 2 tsk sojasósa
- 2 MAjónesið, vegan
- 1 tsk salt
- ½ tsk pipar
- ½ tsk dill
- Salat, tómatar, agúrka, laukur

Undirbúningur

1. Skerið sálirnar eða baguetturnar langsum í hliðunum þannig að hægt sé að brjóta þær út en ekki alveg opna þær.
2. Tæmdu jackfruitina og settu í skál með kjúklingabaunum. Stappaðu hvort tveggja með kartöflustöppu. Ef nauðsyn krefur, skera stífa bita af jackfruit í litla bita með hníf.
3. Afhýðið skalottlaukana og skerið í fína teninga eins og súrum gúrkum. Setjið bæði með afganginum í skálina og blandið vel saman.
4. Setjið sálirnar með salati, tómötum, gúrku, lauk o.s.frv. eftir smekk og hellið "túnfisk" blöndunni út í.

5. VEGAN PASTRAMI SAMMORKA

Hráefni fyrir 1 skammt

- 2 sneiðar / n brauð
- 6 sneiðar / n pastrami, vegan
- 1 gúrkur)
- 1 salatblað
- 1 majónes, vegan
- 2 tsk sinnep
- 1 tsk agave síróp

Undirbúningur

1. Skerið gúrkuna langsum í þunnar sneiðar. Ristið brauðsneiðarnar í brauðristinni. Ef pastrami er borðað volg, hitið þá í

örbylgjuofni í um 30 sekúndur áður en brauðið er sett ofan á. Þá verður það aftur aðeins teygjanlegra og hægt að brjóta það betur saman. Blandið sinnepi og agavesírópi í dressingu.
2. Penslið neðri brauðsneiðina með majónesinu og hyljið hverja af annarri með salati, pastrami og gúrkusneiðum. Dreypið sinnepsdressingunni yfir og setjið efstu brauðsneiðina ofan á.

6. PLÓGMAÐUR VEGAN MEÐ KÓRNSNEÐUM

Hráefni

- 8 sneiðar af Vegan Smoky Skinku Free Quorn
- 100 g af Violife Epic Mature Cheddar Flavor Block skorið í 8 sneiðar.
- 4 sneiðar af rúg- eða súrdeigsbrauði
- 1 epli
- 4 msk. til c. af relish eða Plowman's súrum gúrkum
- 4 msk. til s. Vegan majónes
- Handfylli af karsa eða ertuspírum til skrauts

Fyrir súrsuðum lauk:

- 1 rauðlaukur
- 1 C. til c. salt

- 100 ml af rauðvínsediki

UNDIRBÚNINGUR

1. Fyrir marineraða laukinn, afhýðið og skerið rauðlaukinn í hringi og setjið hann síðan í stóra skál.
2. Hyljið laukinn með nýsoðnu vatni og látið malla í 5 mínútur.
3. Tæmið síðan laukinn, skolið hann í köldu vatni, bætið salti við og hyljið þá með rauðvínsediki. Látið marinerast í 20 mínútur.
4. Til að útbúa samlokurnar skaltu dreifa hverri brauðsneið með vegan majónesi og toppa þær með tveimur sneiðum af Quorn Vegan Smoky Ham Free og tveimur sneiðum af Violife Epic Mature Cheddar Flavor Block.
5. Skerið eplið í þunnar sneiðar. Bætið þeim við hverja samloku með teskeið af Plowman's súrum gúrkum.
6. Látið súrsaða laukinn renna af, bætið þeim við hverja samloku og skreytið síðan með karsa.

7. VEGAN SKINKUKÓRÚLLUR OG OSTSTAÐAGERÐ

Hráefni

- 8 sneiðar af Vegan Smoky Skinku Free Quorn
- 4 sneiðar af Violife Smoky Cheddar bragði
- 150 g af Violife Creamy Original Flavor
- 2 tortilla umbúðir
- Handfylli af söxuðum ferskum graslauk
- 1 vorlaukur, saxaður til skrauts

Undirbúningur

1. Setjið Violife rjómalöguð smurostavara í skál. Blandið fínt söxuðum graslauk út í.
2. Dreifið graslaukskreminu jafnt yfir tortillurnar.

3. Setjið sneið af Quorn Smoky Ham Free á ostabrauðinu í miðri tortillunni og bætið svo sneið af Violife Smoky Cheddar Bragð. Endurtaktu á restina af tortillunni.
4. Rúllið öllu þétt upp til að mynda umbúðir og skerið það síðan í 3 bita.
5. Berið fram skreytt með fínsöxuðum vorlauk.

8. QUORN VEGAN NUGGET TORTILLU RÚLLUR

Hráefni

- 200 g af Quorn Vegan Nuggets
- 2 stórar heilmáltíðar tortillur
- 70 g ferskur vegan ostur
- ½ rifin gulrót
- 45 g maís
- 1/3 smátt skorin rauð paprika

Undirbúningur

1. Eldið vegan nuggets samkvæmt leiðbeiningum á pakka.
2. Dreifið öllu hveiti jafnt með rjómaosti. Skiptið rifnum gulrótinni, maísnum og rauðri papriku á milli tortillanna og setjið síðan 5 vegan Quorn mola í miðjuna.

3. Vefjið tortillurnar vel, skerið endana af, skerið síðan hverja tortillu í 8 bita og berið fram.

9. QUARN PYLSUMAPJAR

Hráefni

- 5 Quorn grænmetisæta Chipolatas
- 2 msk. til s. smjöri
- ½ lítið rauðkál, skorið í þunnar sneiðar
- 2 msk. til s. reyrsykur
- 1 rautt epli, þunnt sneið
- 3 msk. til s. balsamik edik
- 1 C. til c. Múskat
- 50 ml af vatni
- 5 tortilla umbúðir
- 5 c. á s. af trönuberjasósu
- 100 g rucola lauf
- 160 g af brie, skorið í sneiðar

UNDIRBÚNINGUR

1. Forhitið ofninn í 190°C / hitastillir 5.
2. Bræðið smjörið við meðalhita í stórum potti. Bætið rauðkálinu út í, leggið öll blöðin í bleyti í bræddu smjöri. Steikið varlega í 5 mínútur.
3. Bætið við sykri, eplasneiðum, ediki og múskati. Blandið vel saman áður en það er lokið og látið malla. Eftir 15 mínútur, bætið við vatninu og eldið við lágan hita, hrærið reglulega í 15 mínútur í viðbót, þar til kálið er mjúkt.
4. Brúnaðu á meðan Quorn grænmetispylsurnar, fylgdu leiðbeiningunum á pakkanum, þar til þær eru gullbrúnar. Látið kólna.
5. Smyrjið matskeið af trönuberjasósu á hverja tortillu, bætið svo matskeið af steiktu hvítkáli út í. Stráið rucola yfir og setjið heila pylsu á, sem og brie sneiðar. Rúllaðu tortillu til að fá þétt umbúðir.
6. Skerið hverja umbúðir í 4 bita og festið með tannstönglum eða skerið í tvennt og berið fram á disk með rucola.

10. QUORN FISKFRÆSAR STÖFUR VEFJABIT

Hráefni
- 1 pakki af Quorn fisklausum prikum
- 3 msk. til s. létt vegan majónesi
- 3 msk. til s. tómatsósa
- 5 stórar heilhveiti tortillur
- 2 stór iceberg salatblöð, skorin í þunnar strimla

UNDIRBÚNINGUR
1. Eldið Quorn vegan fisklausu stangirnar samkvæmt leiðbeiningum á pakkanum.
2. Blandið majónesi og tómatsósu saman í skál. Skiptið þessari blöndu yfir 5 tortillurnar og síðan icebergsalatið. Setjið 2 Quorn Vegan Fisklausar stangir á hverja umbúðir og rúllið þeim upp. Skerið endana af hverri umbúðum og skerið þá í 3 jafna hluta.

11. VEGAN QUORN BAGUETTE MEÐ KJÚKLINGAKARRY SALATI

Hráefni

- 375 g af vegan quorn karrý kjúklingasalat
- 2 baguette
- 50 g af mesclun
- 16 kokteiltómatar
- Fersk basil
- Svartur pipar

UNDIRBÚNINGUR

1. Skerið baguettes í tvennt, síðan lárétt til að setja fyllinguna.
2. Fylltu þá með salati, vegan karrý kjúklingastíl Quorn og hálfum kokteiltómötum.
3. Kryddið með ferskri basil og svörtum pipar.

12. HEITLUFTSTEIKUR KVORN VEGAN NUGGET TACOS OG CHIMICHURRI

Hráefni

- 1 pakki af Quorn vegan nuggets
- 3/4 bolli fínt saxað ferskt kóríander
- 1/4 bolli ólífuolía
- 1 C. til c. lime börkur
- 1/4 bolli lime safi
- 1 jalapeño pipar, afhýdd og skorin í teninga
- 1 hvítlauksgeiri, saxaður
- 1/2 tsk. til c. þurrkað oregano
- 1/2 tsk. til c. salt
- 6 maístortillur (15 cm), heitar

- 1 avókadó, afhýtt, skorið í sundur og skorið í teninga
- 1/3 bolli saxaður rauðlaukur

AÐFERÐ

1. Stilltu heitloftsteikingarvélina á 200 °C samkvæmt undirbúningi framleiðanda. Smyrðu steikingarkörfuna ríkulega. Setjið Quorn vegan-molana í 2 lotum í körfuna (án þess að fylla hana of mikið). Steikið þær, snúið við eftir 5 mínútur, í 10 til 12 mínútur eða þar til þær eru gullinbrúnar.
2. Á meðan, undirbúið chimichurri sósuna með því að blanda saman kóríander, ólífuolíu, lime börk, lime safa, jalapeño pipar, hvítlauk, oregano og salti.
3. Berið nuggets í tortillunum fram með avókadó, chimichurri og rauðlauk.

13. VEGAN QUORN PÂTÉ FORDRIFSNÁL

Hráefni

- 250 g af vegan Quorn paté
- 120 g af crostini
- 200 g baguette
- 200 g rúgbrauð
- Pea skýtur
- Kirsuberjatómatar
- Ferskar kryddjurtir
- Pipar

UNDIRBÚNINGUR

1. Skerið baguette í sneiðar og rúgbrauð í þríhyrninga.
2. Skerið kirsuberjatómatana í tvennt.
3. Smyrjið með vegan Quorn paté og skreytið með ertusotum, kirsuberjatómötum, chilipipar og ferskum kryddjurtum.

14. GÆNTARÍSKA HAMBARGERÐARVÖFJUR Í SUÐURSTÍL QUORN

Hráefni

- 1 pakk. Grænmetishamborgara í Quorn í suðurhluta stíl
- 2 tortillur
- 1 handfylli af salati, skorið í strimla
- 2 tómatar, skornir í bita
- Rjómalöguð piparsósa:
- 125 ml majónesi, létt ef það er til
- ½ tsk. til c. svartur pipar
- 1 C. til c. sítrónusafi

UNDIRBÚNINGUR

1. Eldaðu Quorn-grænmetisborgara í suðurhluta stíl samkvæmt pakkaleiðbeiningum.
2. Blandið majónesi saman við svörtum pipar og sítrónusafa.
3. Dreifðu 1 til 2 matskeiðum af rjómalöguðu piparsósu á heita tortillu.
4. Raðið salatstrimlum og sneiðum tómötum í miðju tortillunnar og skreytið salatið með heitum Southern Style hamborgurum frá Quorn. Rúllaðu og njóttu!

15. QUORN GRÆNMETISÆTISHAKKAÐ BURRITO, SÆTAR KARTÖFLUR, SVART BAUN OG CHIPOTLE PIPAR

Hráefni

Fyrir sætu kartöfluna:

- 1 sæt kartöflu, afhýdd og skorin í um það bil 2,5 cm teninga
- 1 C til s. ólífuolía
- 1 C. til c. chipotle piparflögur
- 1 C. til c. reykt paprika

Fyrir chili:

- 2 pakkar af Quorn grænmetishakki
- 1 C til s. ólífuolía

- 1 hvítlaukur, smátt saxaður
- 4 hvítlauksrif, mulin
- 1 C. til c. malað kúmen
- 1 C. til c. malað kóríander
- 1 C. til c. reykt paprika
- 2 msk. til c. chipotle piparmauk
- 400 g niðurskornir tómatar
- 1 C til s. tómatmauk
- 400 g niðursoðnar svartar baunir, tæmdar
- Salt og pipar (eftir smekk)

Fyrir salsasósuna:

- 200 g kirsuberjatómatar
- ¼ laukur, smátt saxaður
- ½ stór rauð paprika, fræhreinsuð og smátt saxuð
- 1 C. til c. extra virgin ólífuolía
- Salt og pipar (eftir smekk)

Til að þjóna:

- 4 stórar heilhveiti tortillur
- 200 g af soðnum langkorna hrísgrjónum
- Ferskt kóríander, hakkað
- Ísjakasal
- Avókadó skorið í sneiðar
- Rifinn ostur
- Sýrður rjómi eða crème fraîche

UNDIRBÚNINGUR

1. Forhitið ofninn þinn í 180°C / hitastillir 4. Raðið sætu kartöflunum í teninga á bökunarplötu og bætið síðan við ólífuolíunni, reyktu paprikunni og chiliflögunum. Bakið hálfa leið í 20 mínútur. Á meðan undirbúið chili.
2. Hellið olíunni á pönnu og hitið á disk við meðalhita. Bætið lauknum út í og steikið í 2-3 mínútur. Bætið hvítlauknum og kúmeninu, kóríander, reyktri papriku og chili saman við og eldið síðan í 2 mínútur í viðbót. Bætið að lokum niðursneiddum tómötum, tómatpúrru og Quorn hakki út í. Eldið í 10 mínútur.
3. Á meðan skaltu taka sætu kartöfluna úr ofninum. Bætið svörtu baununum og ristuðu sætu kartöflunni við chili og eldið síðan í 5 mínútur til viðbótar. Takið af hitanum.
4. Til að útbúa salsasósuna skaltu sameina allt hráefnið í skál og setja síðan til hliðar.
5. Hitið fjórar stórar heilhveiti tortillur undir grillinu eða á pönnu við lágan hita til að undirbúa burritos. Leggðu þau síðan flatt og dreifðu jafnt hrísgrjónum, kóríander, chili, salsasósu, káli, avókadó, rifnum osti og rjóma. Til að brjóta burrito-ið saman skaltu brjóta aðra hliðina yfir miðju burritosins,

brjóta saman þétt með fingrunum til að mynda rúlla utan um fyllinguna. Brjóttu hvora hlið í átt að miðju burrito og rúllaðu því upp á sjálft sig þar til það er þétt. Settu saumana á brúnunum tveimur sem snúa að plötunni. Skerið burrito í tvennt áður en það er borið fram.

16. GRÆNMETISÆTA BURRITOS

Hráefni

- 6 Quorn grænmetisæta Chipolatas
- ½ tsk. til s. létt smjörlíki
- 8 meðalstór laus gengi egg, þeytt
- ¼ tsk. til c. salt
- ¼ tsk. til c. svartur pipar
- 4 heilhveiti umbúðir
- 40 g þvegið barnaspínat
- 2 avókadó, afhýdd, skorin og skorin í sneiðar
- 100 g kirsuberjatómatar, skornir í tvennt

UNDIRBÚNINGUR

1. Eldið Quorn Chipolatas samkvæmt leiðbeiningum á pakkanum. Skerið hverja pylsu í 4 og setjið til hliðar.
2. Hitið pönnu yfir meðalhita. Bætið smjörlíkinu út í. Þegar það hefur bráðnað, hellið þeyttum eggjum út í, salti og pipar. Eldið eggin, hrærið stöðugt í, þar til blandan þykknar og hrærist. Takið af hellunni og setjið til hliðar.
3. Hitið umbúðirnar á pönnu og flytjið þær síðan yfir á hreint skurðarbretti eða borðplötu. Toppið hverja umbúðir með spínati, avókadó, kirsuberjatómötum, eggjahræru og Quorn chipolata sneiðum. Rúllið upp og brjótið saman til að loka.

17. KÓRN FAJITAS Í TENINGU MEÐ MANGÓSÓSSU

Hráefni

- 175 g grænmetisæta Quorn
- 1 C til s. jurtaolíu
- ½ saxaður laukur
- ½ rauð paprika, smátt skorin
- 1 hvítlauksgeiri, pressaður
- ½ tsk. til c. Paprika
- ½ tsk. til c. chili flögur
- ½ tsk. til c. chili duft
- ½ tsk. til c. malað kúmen
- ½ tsk. til c. malað kóríander
- Hálfur lime, börkur og safi
- Sósa
- ½ mangó, smátt skorið

- ½ rauðlaukur, saxaður
- ¼ af c. til c. sítrónusafi
- 2 msk. til c. mangó chutney
- ½ þroskað avókadó, afhýtt, skorið og skorið í sneiðar
- 2 hitaðar tortillur
- Ferskt kóríander, söxuð

UNDIRBÚNINGUR

1. Hitið jurtaolíuna á stórri pönnu sem ekki festist. Brúnið Quorn teningana í 5 mínútur eða þar til þeir byrja að brúnast. Bætið lauknum og paprikunni út í og eldið í 5 mínútur eða þar til mjúkt. Bætið hvítlauknum út í,
2. þurrkað krydd og lime. Blandið saman í 5 mínútur í viðbót þannig að laukurinn verði mjúkur.
3. Blandið mangó, rauðlauk og mangó chutney saman í salatskál. Lokið og setjið í kæli.
4. Setjið um 5 avókadósneiðar í hverja umbúðir með ögn af fajita blöndunni. Toppið með mangósósu og stráið fersku kóríander yfir.
5. Brjótið tortilluna þétt saman og pakkið inn í plastfilmu sem snarl eða berið fram með salati og stökkum kartöflubátum.

18. VEGAN SMOKY HAM FRÍAR SNEIÐAR KVORNBAGUETTE

Hráefni

- 3 sneiðar af Quorn Vegan Smoky Skinkufríar sneiðar
- 15 cm baguette
- 3 ostsneiðar
- 1 tómatur
- Salatblöð

UNDIRBÚNINGUR

1. Skerið baguette í tvennt og dreifið smjörlíki yfir.
2. Skerið tómatana í sneiðar og skolið salatið.
3. Toppaðu baguette með osti, Quorn Vegan Smoky Skinkufríar sneiðar, tómötum og salati.

19. BÖKKUR MEÐ CASHEW KREM OG MARINERÐRI GULVÓT

Hráefni

- bagelbollur - 4
- gulrætur - 3
- rauðlaukur - 1
- kasjúhnetur - 200 (g)
- sojajógúrt - 1
- rúlla - 1 (handfylli)
- tómatar - 1
- agúrka - 0,25
- sítrónu - 1
- graslauk
- sojasósa - 5 (cL)

- hlutlaus olía - 5 (cL)
- salt
- pipar

Undirbúningur

1. Undirbúið gulræturnar: Skrælið þær og eldið þær í ofni, heilar á bökunarplötu með bökunarpappír, í 30 mínútur við 160 ° C. Þær verða að bráðna mjög. Þegar þær eru soðnar og kældar, skerið þær í þunnar ræmur eftir endilöngu. Setjið þær til að marinerast í olíu, sojasósu og sítrónusafa, yfir nótt (eða 3-4 klst að lágmarki).
2. Undirbúið kasjúhneturjóma: Leggið kasjúhneturnar í bleyti yfir nótt í vatni eða eldið þær í 15 mínútur í sjóðandi vatni í potti. Tæmið og blandið saman við sojajógúrtina. Kryddið með salti og pipar (og sítrónusafa eftir smekk).
3. Afhýðið rauðlaukinn, skerið hann í þunna hringa og aðskilið hringina. Saxið graslaukinn. Skerið tómata eða gúrku í sneiðar ef þið eigið.
4. Ristaðu beyglubollurnar þínar. Smyrjið kasjúhnetukreminu á báðum hliðum, bætið við rucola, marineruðum gulrótum, hráu grænmeti ef vill og smá graslauk. Það er tilbúið!

20. VEGAN PÝSUR

Hráefni

- pylsubollur - 4
- soðnar rauðar baunir - 200 (g)
- brauðrasp - 80 (g)
- tómatar - 1
- Heirloom tómatar - 3
- Rauðlaukur
- tómatsósa
- Vegan majónes
- ólífuolía
- Paprika
- Cayenne pipar
- salt
- pipar

Undirbúningur

1. Blandið nýrnabaununum saman við salti og kryddi. Pantaðu í blindgötu.
2. Afhýðið rauðlaukinn og skerið helminginn í litla teninga. Skerið líka venjulega tómatana þunnt og bætið öllu við rauðu baunablönduna þína.
3. Endið með brauðmylsnu til að fá samkvæmni og myndið 4 pylsur.
4. Útbúið hrátt grænmeti: skerið arfatómatana í teninga og blandið þeim saman við klípu af salti. Skerið hinn helminginn af lauknum í þunnar strimla.
5. Eldaðu rauðbaunapylsurnar þínar á heitri pönnu með smá olíu þannig að þær verði gullinbrúnar.
6. Ristaðu pylsubollurnar þínar og skreyttu þær með tómatsósu og/eða majó, rauðbaunapylsu og hráu grænmeti.

21. VEGAN MAJONESSAMMORKA AÐ TÚNFISKSSTÍL

Hráefni

- salat - 4 (lauf)
- samlokubrauð - 8 (sneiðar)
- pipar
- salt
- ferskur graslaukur - 0,25 (búnt)
- balsamic edik - 1 (msk)
- vegan majónes - 125 (ml)
- soðið maís - 130 (g)
- soðnar kjúklingabaunir - 260 (g)

Undirbúningur

1. Í salatskál: myljið kjúklingabaunirnar með maukkrossi. Það þarf ekki að vera fullkomlega mulið, það er undir þér komið!
2. Bætið majónesi og maís út í. Bætið síðan ediki og saxuðum graslauk út í. Kryddið með salti og pipar.
3. Setjið fyllinguna og salatið í brauðsneiðarnar. Lokaðu samlokunum þínum og skerðu þær í 4! Það er tilbúið!

22. RUNNY MAGE OG SPINATSAMORKA

Hráefni fyrir 4 samlokur:

- 8 brauðsneiðar
- 1 bolli af barnaspínati
- Karamellulagaður laukur með timjan
- 100 g ósaltaðar, óristaðar kasjúhnetur
- 25 g af tapíóka sterkju (finnst í lífrænum verslunum)
- safi úr 1/2 sítrónu
- 2 msk. til s. maltað ger
- 1/2 tsk. til c. hvítlauksduft
- 1/2 tsk. til c. salt
- 1/2 tsk. til c. hvítur pipar
- 180 ml af vatni

Undirbúningur:

1. Daginn áður skaltu leggja kasjúhneturnar í bleyti.
2. Tæmið kasjúhneturnar og hellið þeim í blandarann og restina af hráefnunum. Blandið þar til einsleitur og sléttur undirbúningur fæst.
3. Færið blönduna sem myndast yfir í lítinn pott og eldið í 2-3 mínútur við meðalhita þar til maginn þykknar. Hrærið stöðugt með þeytara meðan á eldun stendur svo það festist ekki. Undirbúningurinn ætti að vera svolítið klístur.
4. Ristið brauðsneiðar, hyljið með fallegu lagi af osti, karamelluðum lauk og barnaspínati eða uppáhalds hráefninu þínu. Njóttu hádegisverðsins

23. VEGAN CLUB SAMMORKA

Hráefni fyrir 4 samlokur:

- 12 sneiðar af grófu brauðrasp
- grænmetismajónes
- 2-3 tómatar
- 1 agúrka
- þunnt sneið blandað salat eða iceberg salat lauf
- 150 gr af tofu
- Fyrir grænmetismajónesið:
- 100 ml sojamjólk
- sólblómaolía
- 1 matskeið af sinnepi
- 1/2 sítrónu
- 1 klípa af salti

- valfrjálst: 1 klípa af túrmerik

Undirbúningur grænmetismajónes

1. Þeytið sojamjólkina með rafmagnsþeytara og blandið olíunni varlega saman við þar til blandan þykknar. Bætið sinnepi, sítrónu og túrmerik út í. Salt.

Undirbúningur samloku

2. Hitið smá ólífuolíu á pönnu. Skerið tófúið í sneiðar og brúnið á pönnunni með smá sojasósu. Afhýðið gúrkuna, saltið og látið renna af í sigti í 20-30 mínútur. Skolaðu vandlega.
3. Þvoið tómatana og skerið þá í sneiðar.
4. Í djúpum disk, blandið salatblöðunum saman við smá majónesi.
5. Ristaðu sneiðar af samlokubrauði.

Til að semja samlokuna:

1. Setjið majónes, steikt tófú, tómatar og gúrkusneiðar á tvær brauðsneiðar. Setjið sneiðarnar hver ofan á aðra og lokaðu samlokunni með þriðju brauðrassneiðinni. Skerið samlokuna á ská til að fá 2 þríhyrninga og gerðu það sama til að búa til hinar samlokurnar. Ég fylgdi litlu rósmarínkartöflusamlokunum með tómat- og

gúrkusneiðunum sem ég átti eftir. Meira að segja börnin borðuðu salatið, það segir allt sem segja þarf!

24. KLÚBBSAMMORKA - OFUR SÆKKERI 100% GRÆNTÆMAUPPSKRIFT!

Hráefni fyrir 3 klúbbsamlokur:

- 9 sneiðar af heilu samlokubrauði, eða brauð að eigin vali
- 15 sneiðar af vegan beikoni
- 300 g þétt hvítt tófú
- 2 msk. til s. sojasósa
- 1 C. til c. Túrmerik
- 1 C. til c. svart himalayasalt Kala Namak
- Pipar
- 2 msk. til s. ólífuolía
- Val um græn salatblöð (helst mjög græn blöð)
- 1 rifin gulrót
- 3 tómatar

- Vegan majónes
- Sinnep

Undirbúningur:
1. Eggjahræra: mulið tófúið með gaffli.
2. Hitið ólífuolíuna á pönnu og hellið molna tófúinu saman við sojasósu, túrmerik, svörtu salti og smá pipar. Blandið saman og látið standa í tvær mínútur á lágum hita.
3. Þvoið salatblöðin, þvoið og skerið tómatana í sneiðar, afhýðið og rífið gulrótina.
4. Hitið brauðsneiðarnar.
5. Bætið 1 tsk. til c. af sinnepi í majónesi, blandið vel saman. Dreifið sinnepsmajónesinu yfir 6 brauðsneiðar.
6. Raðið salatinu og smá gulrót á hverja sneið.
7. Hyljið með hrærðu eggjum.
8. Raðið 2 sneiðum af grænmetisbeikoni á eggin.
9. Bætið við nokkrum sneiðum af tómötum og dágóðum slatta af majónesi.
10. Leggðu tvær skreyttar sneiðar ofan á hvor aðra og lokaðu með þriðju sneiðinni. Skerið samlokurnar á ská með góðum hníf og berið fram.

25. TOFU KLÚBBUR Í BEIKONSTÍL OG PUTIGNANO GANGA

Hráefni

- 200 g venjulegt þétt tófú
- 3 msk. til s. ólífuolía
- 2 msk. til s. soja eða tamari sósa (glútenlaus)
- 2 msk. til s. agave síróp
- 1 C. til c. reykt paprika
- 1/2 tsk. til c. hvítlauksduft

Fyrir 2 manns:

- 4 sneiðar af grófu brauði
- 2 msk. til s. basil pestó
- 2 handfylli af grænu salatlaufum

- 1/2 agúrka
- 1 C. til c. sesamfræ
- Pipar

Undirbúningur:

1. Kreistu tófúið harkalega til að losa allt vatnið. Látið vera undir lóð í um það bil 20 mínútur. Tófúið mun þá taka betur á sig bragðið af marineringunni. Skerið tófúið í tófúkubba í 4 sneiðar.
2. Undirbúið marineringuna með því að blanda saman ólífuolíu, sojasósu, sírópi, papriku og hvítlauk.
3. Raðið tófú sneiðunum í fat og dreypið ríkulega af marineringunni. Geymið smá marinering í skálinni. Látið standa í 30 mínútur á annarri hliðinni, snúið við og látið standa í 30 mínútur í viðbót.
4. Bakið tófú sneiðarnar við 210°C í 20 mínútur. Snúið við hálfa leið í eldun.
5. Samlokurnar settar saman: Dreifið pestóinu yfir tvær ristað brauðsneiðar og setjið salatblöð yfir... .. setjið tvær tofu sneiðar á það. Hyljið með gúrkusneiðum og stráið sesamfræjum yfir. Kryddið með pipar og lokaðu samlokunum.
6. Skerið hverja samloku á ská og njótið!!

26. GRILLAÐ TOFU CLUB SMORKA

Hráefni

fyrir tófúið

- hlynsíróp - 1 (msk)
- olía - 2 (msk)
- sojasósa - 3 (msk)
- þétt tófú - 150 (g)
- samlokubrauð - 6 (sneiðar)
- sinnep - 1 (msk)
- vegan majónesi - 2 (msk)
- vegan ostur - 2 (sneiðar)
- tómatar - 2
- salat - 4 (lauf)

Undirbúningur

1. Útbúið tófúið: skerið það í þunnar sneiðar. Blandið sojasósu, olíu og hlynsírópi saman á

pönnu. Hitið yfir háum hita. Þegar blandan sýður er tófú sneiðunum bætt út í. Eldið þær í um 4 mínútur á hvorri hlið þannig að þær verði gullinbrúnar og vökvinn gufaður upp.
2. Ristaðu brauðsneiðarnar þínar.
3. Skerið tómatana í sneiðar og saxið salatið aðeins.
4. Til að setja saman klúbbsamlokurnar þínar: Skiptu um sneiðar af samlokubrauði sem dreift er með sinnepi og vegan majó, tómötum, salati, sneiðum vegan osti og sneiðar af grilluðu tofu. Skerið samlokurnar í fernt.

27. KIKKERTÚNFUNDUR - SAMAKOMUR

Hráefni

- 1 dós meðalstórar kjúklingabaunir
- 4 msk. matskeiðar keyptar eða heimabakað vegan majónes
- 1/2 rauðlaukur eða skalottlaukur
- 1 hluti af sellerí
- 1 handfylli ferskur graslaukur
- 1 msk. 1/2 tsk sjómannaþang
- salt, pipar, múskat
- árstíðabundið grænmeti
- 1/2 baguette

Undirbúningur

1. Myljið kjúklingabaunirnar gróflega með gaffli: markmiðið er að hafa ekki mauk.
2. Skerið selleríið og grænmetið í þunnar sneiðar: það mun koma ferskleika í samlokuna. Fer eftir árstíð, tómatar eða smá rauðkál!
3. Hrærið saman kjúklingabaununum með majónesi, þangi, salti, pipar og múskati og sjómannasalati (það er valfrjálst en gefur sjávarbragði í blönduna). Setjið í ísskáp í að minnsta kosti hálftíma svo blandan verði mjög köld.
4. Skerið fallega hefð í tvennt, smyrjið með majónesi og skreytið!

28. HEILBRIGÐ VEGAN SANDWICHE

Hráefni

- 300 g ungir tjakkar, venjulegir eða í saltlegi
- 1 laukur
- 1-2 hvítlauksrif
- 1/2 teningur grænmetiskraftur
- 1/2 tsk malað kúmen
- 1/2 tsk reykt paprikuduft
- Grillsósa (um 80-100 ml)
- 1 matskeið óhreinsaður reyrsykur
- Ólífuolía
- Salt, pipar
- 2 rúllur
- Ruccola eða salatblöð

- Heimagerð jógúrtsósa (grænmetisjógúrt + sinnep + kryddjurtir)
- eða vegan majónesi

Undirbúningur

1. Skolaðu stykkin af jackfruit vandlega (sérstaklega ef um er að ræða dós í saltvatni) og tæmdu þá vel. Þú getur byrjað að stappa þær með gaffli til að skilja mýkri trefjar að.
2. Hitið smá ólífuolíu á pönnu og steikið síðan saxaðan lauk og hvítlauk í smá stund.
3. Hellið ávaxtabitunum út í, stráið papriku og kúmeni yfir og steikið í nokkrar mínútur til að hjúpa bitana vel og byrja að brúna þá létt.
4. Bætið við 1/2 suðubollu teningnum og mjög litlu magni af vatni, blandið vel saman. Látið suðuna koma upp og látið malla í nokkrar mínútur, hrærið af og til svo vökvinn minnki. Nú þegar bitarnir eru orðnir mýkri er hægt að mauka þetta allt saman aftur með gaffli til að fá meira slitið áhrif.
5. Bætið að lokum sykrinum og grillsósunni út í: blandið vel saman til að hjúpa allt og látið malla aftur í um það bil 15 mínútur, hrærið reglulega til að loka allan undirbúninginn.
6. Þegar matreiðslu er lokið, berið fram jakkaávöxtinn í rúllum toppað með rucola með

smá jógúrtsósu eða majónesi, og mögulega ásamt soðnum kartöflum. Það er tilbúið!

29. KLÚBBSAMMORKA EINS OG TÚNFISKMAJÓ! [GÆTTARNAR]

Hráefni:

- 1 lítil dós af hvítum baunum eða kjúklingabaunum (250 g tæmd)
- 2 matskeiðar af majónesi
- 1 teskeið af sinnepi
- 1 skalottlaukur, saxaður
- 1 matskeið af sítrónusafa
- 1 tsk saxaðar kapers (valfrjálst)
- 1 teskeið af söxuðu dilli (valfrjálst)
- 1 tsk súrum gúrkum að amerískum stíl, skorin í litla bita (valfrjálst)

- Salt, pipar, chili
- Hrátt grænmeti (salat, tómatar, spíruð fræ, rifnar gulrætur, agúrka...)
- 4 sneiðar af grófu brauði

Undirbúningur

1. Skolið og skolið af hvítu baununum/kjúklingabaununum.
2. Stappaðu þær með gaffli eða kartöflustöppu og skildu eftir bita.
3. Blandið öllu hráefninu saman við: majónesi, sinnepi, skalottlaukur, sítrónusafa, kapers, dill, súrum gúrkum...
4. Smakkið til og stillið kryddið, ef þarf, með salti, pipar og chili.
5. Ristið brauðsneiðarnar.
6. Settu saman samlokurnar með hráa grænmetinu!
7. Hægt er að útbúa blönduna fyrirfram, hún verður bara betri, það þarf bara að setja samlokuna saman á síðustu stundu.

30. TÓMAT- OG GÚKUSAMMÖRKA MEÐ BASILIKU

Hráefni (fyrir um 6 manns)

- 5 sænsk brauð
- 300 g af ferskum Philadelphia-osti
- 300 g af fromage blanc
- ½ agúrka
- 1 hringlaga tómatur
- Kirsuberjatómatar (af mismunandi litum) og radísa til að skreyta
- Lítið búnt af graslauk og basil
- Salt og pipar mylla

Undirbúningur:

1. Blandið ostunum saman í salatskál, salti og pipar.
2. Setjið helminginn af undirbúningnum í aðra skál til að saxa basilíkuna.
3. Skerið hringlaga tómatana í litla teninga og skrælda gúrkuna í þunnar sneiðar (með mandólín er það fljótlegt og hagnýtt).
4. Setjið sænskt brauð á diskinn, smyrjið með osti og basil, raðið helmingnum af sneiðum tómötunum.
5. Endurtaktu lagningu á brauði, osti, gúrkusneiðum og svo framvegis nema síðasta brauðið.
6. Þegar mismunandi lögin hafa verið mynduð skaltu hylja samlokuna alveg með hinni salatskálinni af osti (án basilíkunnar).
7. Skreyttu toppinn með kirsuberjatómötum, radísusneiðum og

litlum basilíkulaufum og þektu brúnina með graslauk (þetta er lengsta).
8. Geymið í ísskáp.
9. Það er betra að undirbúa það ekki daginn áður til að leggja brauðin í bleyti.

31. KJÚKLINGUR OG FRÖNGAR SAMAMORKI MEÐ SINNEPSSÓSU (VEGAN)

Hráefni

- 1 hnetubolla
- 2 salatblöð (salat)
- Sinnepssósa
- 1 grænmetisbrauð kjúklingaflök - 100 gr (Viana)
- 2 sneiðar af grænmetisosti (Cheddar - Tofutti)
- Matchstick franskar
- Salt, pipar (eftir smekk)

Fyrir sinnepssósuna (um 25 cl):

- 20 cl af grænmetisrjóma (hafrar, soja, hrísgrjón)
- 1 matskeið af kartöflusterkju
- 2 matskeiðar af sinnepi
- Salt, pipar (eftir smekk)
- 1/2 tsk karrýduft
- 1 tsk af hvítvíni

Undirbúningur

1. Blandið grænmetisrjómanum saman við kartöflusterkju, sinnepi, salti, pipar, karrý og hvítvíni í potti.
2. Setjið pönnuna á vægan hita og blandið með handþeytara þar til það er þykkt. Takið af hellunni og látið sósuna kólna alveg til að skreyta sætabrauðspoka.

Fyrir samlokuna:

1. Setjið brauða kjúklingaflökið á pönnu með smá ólífuolíu þannig að það verði gullbrúnt.
2. Skerið brauðið í tvennt.
3. Setjið 2 salatblöðin á neðri hluta brauðsins.
4. Setjið sinnepssósuna yfir salatið með sætabrauðspokanum.
5. Setjið svo vel brúnaða brauða kjúklingaflökið, skorið í tvennt (þversum).
6. Setjið 2 sneiðar af Cheddar osti á kjúklinginn.

7. Endið með mjög heitum eldspýtufrönskum, salti og pipar (eftir smekk), aftur sinnepssósu og lokaðu samlokunni með hinum hluta brauðsins.

32. SAMLAKA MEÐ BRÖÐUÐUM FISKFINGUM OG TARTARSÓSU (VEGAN)

Hráefni

- 1 kornbolla
- 2 matskeiðar af tartarsósu
- 3 brauð grænmetisfiskstangir
- 1 sneið af grænmetisosti
- 2-3 salatblöð (Blonde Oak)

Fyrir tartarsósuna (fyrir 190 gr):

- 1 krukka af grænmetismajónesi
- 1 tsk sítrónusafi
- 1 matskeið af sinnepi
- 2 msk af fínt söxuðum súrum gúrkum
- 1 msk af söxuðum kapers
- 1 msk saxaður ferskur graslaukur

- Salt, pipar (eftir smekk)

Undirbúningur

1. Blandið öllu hráefninu kröftuglega saman með handþeytara.

Fyrir samlokuna:

2. Setjið brauðfiskfingurna á pönnu með smá ólífuolíu þannig að þeir verði gullinbrúnir.
3. Skerið brauðið í tvennt.
4. Smyrjið botninn á brauðinu með lag af tartarsósu.
5. Setjið 3 brauðfiskstangirnar ofan á.
6. Hyljið fiskinn með ostasneið, með öðru lagi af tartarsósu.
7. Endaðu með nokkrum eikarlaufum og lokaðu samlokunni með hinum hluta brauðsins.

33. OFFRJÖTT OG HOLL SAMLOKA

Hráefni

- 1 lítið glúten
- ókeypis sesam-poppy baguette - 2 litlir ferskir takkasveppir
- 1 handfylli af ungum sprotum
- 3 eða 4 niðursoðnir tómatar
- 1 handfylli af furuhnetum
- Hvítlaukur og fínn jurt tartimi
- 1 skeið af jurtamjólk

Undirbúningur

1. Skerið brauðið langsum og setjið í brauðrist og látið kólna.
2. Á meðan, blandið 1 ávölri matskeið af tartimi saman við skvett af jurtamjólk og þeytið

kröftuglega til að búa til sósu, hvorki of fljótandi né of þykka, setjið til hliðar.
3. Smyrjið brauðinu með Tartimi, bætið ungu sprotunum við helminginn af brauðinu og bætið smá sósu.
4. Penslið sveppina, fjarlægið stilkana og skerið sveppina í þunnar sneiðar og setjið á salatið.
5. Bætið sósunni út á sveppina.
6. Saxið niður sykraða tómatana, bætið furuhnetunum út í, bætið restinni af sósunni út í.
7. Lokaðu samlokunni og njóttu!

34. HUMMUS SALAT FYRIR VETRARSAMKOMULÖK [VEGAN]

Hráefni

Fyrir hummus salatið

- 35 g soðnar kjúklingabaunir
- 4 matskeiðar af hummus
- 2-3 msk af nýkreistum sítrónusafa (fer eftir smekk / æskilegri áferð)
- 2 litlir laukar (ferskur laukur)
- 1 lítil gulrót (eða ½ stór)
- 1 tsk sinnep
- Frá Espelette
- Klípa af fínu salti

Fyrir samlokuna

- 2 sneiðar af samlokubrauði (með morgunkorni)

- ½ lítil hrá rófa
- af súrum gúrkum
- Frá gomasio (valfrjálst)
- Kirsuberjatómatar (engin árstíð en ég get varla verið án hans!;)

Að undirbúa salatið

1. Hreinsið gulrótina (afhýðið hana ef hún er ekki lífræn) og rífið hana. Hreinsið laukinn og saxið hann.
2. Blandið öllu hráefninu fyrir hummus salatið saman í skál. Skammtaðu sítrónusafann eftir smekk þínum og æskilegri áferð. Þú getur mögulega lengt með smá vatni; Passaðu síðan að missa ekki bragð og bragð til að krydda aftur ef þarf

Samlokusamsetning

1. Ristaðu samlokubrauðið mögulega með brauðristinni. Hreinsið, afhýðið og rífið rauðrófuna (jafnvel lífrænt, mér finnst þetta grænmeti svo erfitt að þrífa vel að ég vil frekar afhýða það).
2. Setjið helminginn af hummus salatinu á sneið af samlokubrauði. Bætið við rifnum hrárófum, súrum gúrkum. Stráið gomasio yfir. Bætið hinum helmingnum af hummus salatinu út í.

3. Lokaðu samlokunni með annarri sneiðinni af samlokubrauði. Stungið 2 tannstönglum í báða enda samlokunnar, skerið á ská í hina tvo endana og setjið kirsuberjatómatinn(ana) á tannstöngulinn(ana).

35. GÚRKUSAMLOKA FYRIR FORDRYKK

Hráefni (fyrir um fimmtán samlokur)

- 15 sneiðar af hvítu brauði
- 1 agúrka
- 150 g af þeyttum rjóma
- Dill rjómaostur
- Salt, pipar

Undirbúningur:

1. Setjið þeytta ostinn í skál með söxuðu dilli.
2. Saltið, piprið og blandið vel saman.
3. Afhýðið gúrkuna og skerið hana í sneiðar á hæð við kökuformið.
4. Skerið hlutana eftir endilöngu í sneiðar.

5. Búið til formin sem óskað er eftir með því að nota kökusneið í gúrkusneiðarnar og sneiðar af samlokubrauði (2 form í hverri sneið).
6. Smyrjið brauðinu og setjið gúrkuna í miðjuna.
7. Raðaðu samlokunum þínum á kynningardiskinn þinn og settu til hliðar í ísskápnum.
8. Gúrkusamloka í fordrykk
9. Geymið brauðmylsnuna til að búa til brauðrasp og brúnirnar á sneiðunum til að búa til brauðteini.

36. SKAUFABRAUÐ OG GRENSALALASASMORKA

Hráefni

- 1 pakki af skautbrauði
- 1 krukka af Sour Supreme Tofutti ferskum rjóma
- 1 pakki af grænmetislaxi
- vorlaukur (ferskur úr garðinum)
- 1 lítill agúrka (sem hafði dottið af fætinum)
- salt pipar

undirbúningur

1. Smyrðu fersku tofutti-kremi á skautabrauðsneiðarnar þínar, það hefur þá sérstöðu að vera mjög þykkt, annars taktu

nýju vörurnar sem finnast á markaðnum með kryddjurtum og soja.
2. Skerið síðan agúrkuna og lauk og dreifið yfir áleggið, salti og pipar
3. settu sneiðar af grænmetislaxi á brauðið, skerðu á ská og njóttu fyrir framan tölvuna (eða sjónvarpið).
4. Njóttu máltíðarinnar.

37. MÍNBAGUTTUR MEÐ FRÆJUM OG KORN

Hráefni fyrir 8 Mini Baguettes:

- 1 kg af LÍFRÆNT hveiti með fræjum og korni
- (hveiti, rúgmjöl, spelt, bókhveiti, sesamfræ, hirsi fræ, brún hörfræ, sólblómafræ)
- 4 pokar af þurru bakarageri á 5 gr hvorum
- 3 teskeiðar af salti
- 500 ml af volgu vatni

Undirbúningur

1. Í skál, setjið lífræn fræ og korn hveiti og salt og blandið síðan saman.
2. Búið til holu og setjið gerið í miðjuna.

3. Hellið volgu vatni yfir og blandið með tréskeið í 3 til 4 mínútur þar til deigið myndar einsleita kúlu.
4. hnoðaðu svo deigið smá í höndunum (þetta er hluturinn sem ég elska !!!)
5. setjið hreinan klút yfir botninn á kjúklingaskálinni og látið deigið hvíla í 30 mínútur á heitum stað. (Ég setti ofninn minn til að hita til að halda honum heitum virka við 50 ° C svo var ég kominn inn eftir 5 mínútur. Síðan setti ég deigið mitt til að hvíla í lokuðum ofninum mínum)
6. Brjóttu aftur 4 "hornin" á deiginu þínu og endurtaktu aðgerðina eftir að hafa snúið 1/4 snúningi.
7. snúið deigkúlunni við og látið hefast aftur á heitum stað í 45 mínútur.
8. Hitið ofninn í 210°C með skál af vatni í.
9. á meðan skaltu skilja deigið í 8 jafna deigstykki.
10. taktu deig, hveiti það létt ef þarf og mótaðu það í formi lítill baguette.
11. endurtaktu aðgerðina fyrir hvert deigstykki.
12. setjið 4 Mini Baguettes með fræjum og morgunkorni á bökunarplötu og hinar 4 á 2. bökunarplötu.

13. með oddinum á keramikhníf, gerðu léttar hak í formi axlabönd á hverja smábaguette.
14. Notaðu sílikonbursta til að bleyta létt hvert smábaguette.
15. bakaðu 1. bökunarplötuna við 210°C í 30 mínútur.
16. takið út um leið og það er soðið. Settu síðan 2. bakkann í bakstur líka í 30 mínútur við 210°C.

38. LÍTIL ENSK SAMBORKA STOLT AF SKANDINAVÍSKA UPPRUNUM

Hráefni

- Enskt samlokubrauð
- agúrka
- dill
- grænmetiskavíar (í IKEA)
- St Hubert hálfsalt, eða mjúkt + 1 klípa af salti

Undirbúningur

1. fjarlægðu skorpuna af brauðinu, þú gerir ekkert við það (kettirnir þínir ættu að elska það, ekki satt? minn kom samt eins og fiskur í fiskabúr á matmálstíma), smurðu með St

Hub, stráðu dilli yfir, dreiftu grænmetiskavíarnum ofan á, hyljið með gúrkusneiðum (skera langsum), setjið aftur brauðsneið allt smurt líka! ofan á.

39. SÉRSTÖK GRÆNMETISSAMLOKA

Hráefni:

- 6 sneiðar af mjúku 7-korna brauði frá Harry
- 6 egg.
- 10 cl af mjólk
- Salt pipar.
- 2 stórar gulrætur.
- 1 fallegur kúrbít.
- 1 laukur.
- 30 g af smjöri.
- 2 matskeiðar af sólblómaolíu.
- 10 greinar af graslauk.
- 1 flottur tómatur.
- 4 sneiðar af Emmental.
- 3 matskeiðar af sinnepi að eigin vali.

Undirbúningur

1. Þvoið kúrbítinn. Afhýðið gulræturnar og laukinn. Rífið gulrætur, kúrbít og lauk með grófu raspi.
2. Bræðið smjörið á pönnunni með matskeið af olíu við frekar háan hita. Bætið grænmetinu út í, salti og pipar og eldið, hrærið af og til í 5 til 7 mínútur.
3. Þeytið eggin á meðan, bætið mjólkinni út í. Saxið graslaukinn. Hrærið allt saman. Hellið yfir grænmetið. Eldið í um það bil 5 til 8 mínútur, hrærið einu sinni eða tvisvar.

Dressage:

1. Skerið tómatinn í sneiðar eftir að hafa þvegið hann.
2. Smyrjið sinnepi á 1 hlið af hverri brauðsneið. Á eina af sneiðunum er sett 1 sneið af Emmental og sneiðar af tómötum með nokkrum greinum af graslauk. Setjið seinni sneiðina á það. Setjið hluta af eggjaköku á þessa sneið. Bætið við síðustu Emmentalsneiðinni og síðustu brauðsneiðinni (sinnepshliðinni að innan).
3. Hitið smá olíu á grillpönnu. Setjið samlokuna og eldið hana í um það bil 5 mínútur á hvorri hlið.

40. HÁTT, LÁGT GI

Hráefni

- 60 g valhnetur
- 80 g kasjúhnetur
- 50 g kakóduft
- 50 g rifin kókos
- 2 tsk vanilluþykkni
- 60ml agave síróp

Undirbúningur

1. Setjið allt hráefnið í matvinnsluvélarskálina og blandið þar til þau byrja að blandast saman.
2. Myndið kúlu með deiginu og fletjið út með kökukefli á milli 2 blaða af smjörpappír

3. með því að nota kökusköku til að mynda kökurnar.
4. Geymið í kæli á meðan kremið er í undirbúningi.

Kókos-jarðarberjakrem:

- 1 kassi með 400 ml af kókosmjólk í kæli í að minnsta kosti 1 nótt (ekki taka ljósinu!)
- 1 tíu jarðarber
- 1 matskeið af frúktósa

Undirbúningur

1. Maukið jarðarberin og setjið til hliðar
2. Safnaðu föstu hlutanum af kókosmjólkinni og þeytið henni saman við frúktósann til að þeyta hann í þeyttan rjóma.
3. Þegar þeytti rjóminn er kominn vel saman skaltu hella um það bil 80-100ml af jarðarberjamauki og þeyta áfram í nokkur augnablik.
4. Settu jarðarberjaþeytta rjómann í tíu mínútur í frysti (til að auðvelda samsetningu samlokanna)
5. Til að setja saman samlokurnar gefðu um það bil 1 til 2 tsk af jarðarberjakremi í hvern skammt (þetta fer auðvitað eftir stærð smákökuformanna þinna...). Geymið þær í

frysti og takið þær út 1 klukkustund áður en þær eru borðaðar.
6. Afganginn af rjómanum má nota sem kökukrem í bollakökur, ávaxtadýfur... Það geymist í 2 til 3 daga í ísskáp.

41. VEGAN TVÖFALDUR SVEPPIR OG SPÍNATSAMLOKA MEÐ KRYDDKRÓMA.

Hráefni

- Sneiðar af samlokubrauði
- 3 handfylli af spínati
- 1 tómatur
- 1/2 laukur
- 4 handfylli af sveppum
- Klípa af salti
- Steinselja
- Svartur pipar
- 1 hvítlaukur
- Ólífuolía

Fyrir sósuna:

- 1 bolli af ósykri sojamjólk + varasjóður
- 4 teskeiðar af maíssterkju (þekkt sem maíssterkju eða fínt maísmjöl).
- 1 hvítlaukur
- 1 meðalstór kartöflu
- 6 tsk næringarger
- 3 tsk hvítlauksduft
- 1 langur skvettur af sítrónu
- Klípa af salti
- Tímían
- Oregano
- Svartur pipar

Undirbúningur

1. Við byrjum á því að útbúa sósuna. Til að gera þetta skaltu hita strá af ólífuolíu yfir meðalhita á pönnu og bæta einum af hvítlauknum, skrældum og skera í tvennt.
2. Þegar hvítlaukurinn er steiktur á báðum hliðum, bætið þá bollanum af sojamjólk út í, 3 tsk af hvítlauksdufti og látið sjóða þar til það fer að sjóða.
3. Á meðan afhýðum við og skerum meðalstóra kartöflu í litla bita. Sjóðið annan lítinn pott með vatni og látið suðuna koma upp, setjið kartöflubitana inn í og eldið þar til þeir eru mjúkir.

4. Í hinn pottinn, bætið 6 teskeiðum af næringargeri (eða meira), klípu af salti, timjani, rausnarlegu oregano og löngum skvettu af sítrónu.
5. Nú tökum við 4 teskeiðar af maíssterkju og bætum þeim út í smátt og smátt - betra ef við sigtum það.
6. Við lækkum hitann í meðal-lágt afl, bætum við miklu af pipar og hrærum hratt með nokkrum stöngum til að koma í veg fyrir að kekkir myndist. Fljótt, því það mun þykkna á nokkrum mínútum.
7. Það sem gefur sósunni okkar rjómakennd er maíssterkjan sem þegar hún er blandað saman við heita jurtamjólkina myndar örlítið þykkan rjóma. Þú getur bætt upp fyrir þéttleikann með því að bæta við meiri sterkju eða meiri jurtamjólk.
8. Þegar sósan byrjar að þykkna slökkvum við á hitanum.
9. Bætið kartöflunni út í og stappið hana með stöngunum sjálfum. Við höldum áfram að hræra. Þú getur alltaf notað handþeytara til að laga kekki.
10. Við geymum kremið og förum í fyllinguna.
11. Taktu sveppina og hvítlaukinn sem eftir er, skerið þá í sneiðar og bætið þeim á pönnu

með ögn af ólífuolíu, svörtum pipar og steinselju. Við steikjum þær þar til þær eru gullinbrúnar.
12. Nú eru tveir kostir í boði. Ef þú, eins og ég, vilt gera tvöfalda samlokuna aðskilda með bragðtegundum skaltu fjarlægja sveppina þegar þeir eru gullinbrúnir, geymdu þá og steiktu síðan laukinn og spínatið sérstaklega. Eða, við sleppum þessu öllu saman, þetta fer að smakka.
13. Þegar við höfum allt grænmetið ristað, blandum við því saman við sósuna (aftur sitt í hvoru lagi eða saman).
14. Ef sósan, eftir hvíld, er orðin mjög þykk, bætið þá við smá jurtamjólk og hitið í hálfa mínútu svo hún nái rjómakennd sinni á ný.
15. Nú ætlum við að rista brauðið á báðum hliðum. Svo fyllum við það með rjóma, bætum öðrum smá pipar, næringargeri og salti ofan á. Við þekjum með nokkrum tómatsneiðum og lokum með annarri brauðsneið.
16. Við leggjum annað lag af fyllingu ofan á og lokum með þriðju og síðustu brauðsneiðinni.
17. Berið fram tvöfalda vegan samlokuna nýristaða, volga og með rjómalöguðu sósunni.

42. KÚKÆTU- OG AVOKADÓPASTASAMLOKA

Hráefni

- 8 sneiðar af heilhveiti speltbrauði
- 200 g BIO kjúklingabaunir (þegar soðnar)
- 1 avókadó
- Nokkur kóríanderblöð
- 1 skeið af sítrónu
- 2 matskeiðar ólífuolía
- Salt og pipar
- Græn laufblöð, tómatsneiðar og alfalfaspírur

Undirbúningur

1. Til að undirbúa kjúklingabaunina og avókadómaukið, setjið kjúklingabaunir og avókadó í skál og stappið þær með gaffli. Bætið sítrónu, salti, pipar, ólífuolíu og smátt söxuðum kóríanderlaufum út í og blandið vel saman.
2. Settu samlokurnar saman með því að setja fyrst saman pasta, síðan nokkrar tómatsneiðar og græn lauf, og loks smá heyspíra.

43. RÓFHUMMUSSAMMORKI

Hráefni

- 8 sneiðar af heilhveiti speltbrauði
- Rófahummus (sjá uppskrift hér)
- Rauðkál, niðurskorið
- Græn laufblöð

Undirbúningur

1. Við útbúum rófuhummusinn eftir uppskriftinni sem Gloria deildi með okkur fyrir nokkrum mánuðum.
2. Settu samlokurnar saman með því að setja fyrsta lag af rauðrófuhummus og halda

áfram með rauðkálið skorið í fínar julienne strimla. Við endum með nokkur græn lauf.

44. TOFU BEIKONSAMMORKA

Hráefni

- 8 sneiðar af heilhveiti speltbrauði
- 4 teskeiðar af lífrænu sinnepi
- 250 g þétt tófú
- 2 matskeiðar af BIO Tamari sojasósu
- 1 tsk paprika frá La Vera
- ½ tsk hvítlauksduft
- Ólífuolía
- 1 tómatur
- Græn laufblöð

Undirbúningur

1. Til að búa til tófúbeikonið skiptum við kubbnum í þrjá hluta og skerum hvern og einn í þunnar sneiðar (um 3 mm þykkar). Þannig verðum við með ræmur svipaðar og beikon.
2. Við setjum lengjurnar á pönnu (ef þær passa ekki allar, gerum við það nokkrum sinnum og deilum magninu af kryddi og tamari) með ögn af ólífuolíu og hvítlauksdufti.
3. Við brúnum vel á báðum hliðum og gætum þess að brenna þær ekki. Þegar þær eru orðnar gullinbrúnar, bætið þá paprikunni og tamari út í og haltu áfram að elda við vægan hita í 1 mínútu í viðbót á hvorri hlið.
4. Settu samlokurnar saman með því að dreifa fyrst teskeið af sinnepi á sneið brauðið . Síðan setjum við nokkrar sneiðar af tófúbeikoninu og að lokum tómatsneiðarnar og valin græn blöð.

45. VEGAN SAMMORKA MEÐ AVOCADO, RÚGULA, TÓMAT OG HINBERBERJAMAJÓ

Hráefni (fyrir tvær vegan samlokur)

- Samlokubrauð (ég mæli sérstaklega með samlokubrauðinu með smá mola)
- Avókadó
- Tómatar
- Ferskt rúlla
- Laukur
- Ólífuolía
- Fyrir hindberjamajónesi (án eggja):

* Hindberjamajónesi dugar þér í um 6 samlokur. Það endist fullkomlega í nokkra daga í ísskáp en betra ef þú geymir það í loftþéttu íláti.

- 1/4 bolli af sojamjólk (helst er sojamjólk ósykrað. Ég nota hlutlausari útgáfuna (hvítur múrsteinn) af Mercadona).
- Hálfur bolli af sólblómaolíu
- klípa af salti
- Skvetta af sítrónu
- Handfylli af ferskum hindberjum
- Við þurfum handþeytara.

Undirbúningur

1. Fyrsta skrefið verður að undirbúa hindberjamajónesi. Til að gera þetta blandum við saman sojamjólkinni, sólblómaolíu, klípu af salti í djúpu íláti og myljum.
2. Besta leiðin til að þeyta majónes er að setja handþeytarann alla leið í kaf og blanda blöndunni upp og niður smátt og smátt. Ekki hafa áhyggjur, það er mjög auðvelt.
3. Næst skaltu bæta við skvettu af sítrónu og hindberjum og blanda aftur.
4. Við höldum áfram að skera avókadó og tómata í sneiðar og geymum.
5. Næst setjum við brauðið í ristað og látum það standa þar til það er léttbrúnað.
6. Á meðan skerum við laukinn í hringa og brúnum þá á pönnunni. Til að gera þetta smyrjum við pönnuna með smá ólífuolíu og þegar olían er orðin heit brúnum við hringina

í 2 eða 3 mínútur, við meðalháan hita. Þeir verða bara að taka upp lit.
7. Nú veljum við nokkur rucola lauf.
8. Þegar brauðið er ristað skaltu dreifa því ríkulega með hindberjamajónesi.
9. Síðan setjum við rucola lauf í botninn, tómatsneiðar, avókadó, nokkra laukhringa og klárum toppinn á samlokunni með annarri smá sósu. Við lokum og förum!

46. SAMORKA BLT

Hráefni

Fyrir beikonið:

- 150 gr tofu (áður tæmd)
- 1 msk vegan Worcestershire sósa
- 2 matskeiðar hlynsíróp
- 1/2 matskeið sojasósa
- 1 matskeið af kókosolíu

Fyrir samlokuna:

- 4 sneiðar af brauðsneiðum
- 1 tómatur í sneiðum
- Franskt salat
- Vegan majónes

Undirbúningur

1. Skerið tófúið (áður tæmt) í 8 ræmur.
2. Bætið Worcestershire sósu, hlynsírópi og sojasósu í stóra skál. Blandið vel saman. Bætið tófústrimlunum út í og látið marinerast í 15 mínútur.
3. Settu kókosolíuna á álbakka og lakaðu vel.
4. Setjið tófú ræmurnar ofan á og bakið við 350° í 25 mínútur. Bakið við 400° í 5 mínútur og slökkvið á. Takið úr ofninum.
5. Setjið vegan majónesi á hvert brauð, bætið tómötum, salati og 4 beikonstrimlum í hverja samloku.

47. VEGAN BRAUÐAR SAMMORKA

Hráefni (2 samlokur)

- 4 sneiðar af vegan pylsu (gerð kalkúnn, skinka...)
- 4 sneiðar af vegan osti
- 4 sneiðar af brauðsneiðum
- 3 matskeiðar af hveiti til að hjúpa án eggja (gerð "Yolanda hveiti")
- 1 glas af vatni
- Ólífuolía

UNDIRBÚNINGUR

1. Við byrjum eins og í blönduðu samlokum ævinnar, setjum ostasneiðarnar og vegan pylsu á brauðsneið og passa að þær standi ekki út. Við hyljum aðra sneið og skerum í

tvennt, skiljum eftir tvo þríhyrninga. Við gerum það sama með hina vegan samlokuna.

2. Til að undirbúa deigið, blandið heitu vatni saman við hveitið í djúpt fat og hrærið með nokkrum stöfum þar til engir kekkir eru. Það ætti að hafa svipaða áferð og eggið. Því þéttari sem við gerum þessa blöndu, því þykkari og krassandi verður deigið á samlokunum okkar, svo eftir smekk þínum geturðu bætt aðeins meira hveiti við.

3. Ef þú átt ekki sérstakt hveiti fyrir deig geturðu notað aðra tegund af hveiti og búið til sömu blönduna en bæta við smá túrmerik til að gefa smá lit.

4. Við setjum fingur af olíu á pönnu og steikjum samlokuþríhyrningana varlega á báðum hliðum þar til þeir eru gullbrúnir. Takið út á disk með eldhúspappír til að fjarlægja umfram olíu.

5. Það besta er að njóta þeirra heitra svo...

48. PORTOBELLO SVEPPASAMKA OG KARAMELLIÐUR LAUKUR

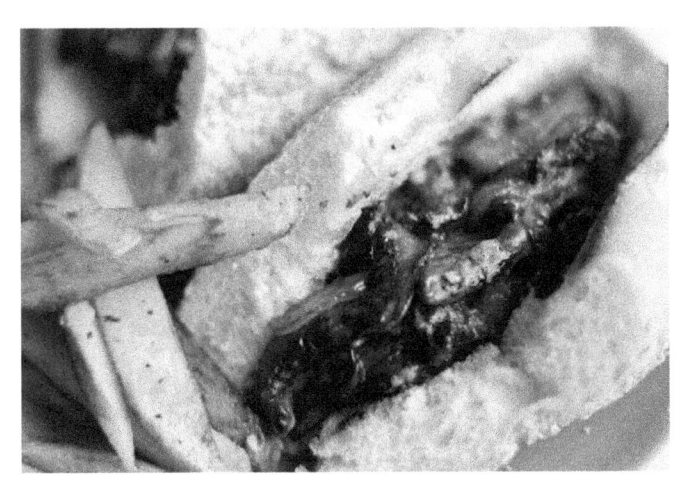

Hráefni

- 1 hvítlaukur sneiddur
- 2 matskeiðar ólífuolía
- 1 ½ msk hlynsíróp
- 1 klípa af salti
- 4 stórir portobello sveppir
- 2 matskeiðar Worcestershire sósa
- ½ bolli rifinn vegan ostur
- Til þjónustu þinnar:
- Baguette brauð
- Franskar kartöflur

Undirbúningur

1. Setjið stóra pönnu yfir háan hita, bætið olíunni út í, þegar hún er heit bætið við

sneiðum lauknum og eldið í 2 mínútur, hrærið vel. Bætið hlynnum út í, blandið saman og setjið lok á pönnuna. Eldið í 4 mínútur við meðalhita eða þar til laukurinn er hálfgagnsær.

2. Skerið portobello sveppina í strimla eða „flök", bætið þeim á pönnuna ásamt lauknum og bætið Worcestershire sósunni út í. Hækkið hitann í hámarksafl og eldið, hrærið vel í 5 mínútur.

3. Þegar brúnir sveppanna byrja að brúnast, bætið þá vegan ostinum út í og hrærið við meðalhita. Stilltu saltmarkið og taktu af hitanum.

4. Berið fram á baguette-brauði sem áður var ristað eða hitað á pönnu. Með frönskum kartöflum.

49. SMORKA MEÐ HIRSABRAUÐI

Hráefni fyrir 2 manns:

- 1 glas af hirsi
- 1 saxaður laukur
- klípa af túrmerik
- sjávarsalt
- ólífuolía
- 3 glös af vatni

Fyrir fyllinguna:

- 1 kubba af reyktu tófú skorið í sneiðar (marinerað með sojasósu og arómatískum kryddjurtum ef við viljum)
- spíraði
- 2 radísur

- blandað salat
- ristað sesamfræ
- til að smyrja: smá grænmetispaté eða hnetusmjör fleytt með heitu vatni

Undirbúningur:

1. Hitið olíu í potti, bætið lauknum og klípu af salti út í, eldið í 10-12 mínútur. Þvoið hirsi og bætið því í pottinn ásamt 3 glösum af vatni, klípu af túrmerik og annarri klípu af salti, látið suðuna koma upp, minnkað í lágmark og hyljið harðlega
2. Gerðu grillaða tófúið.
3. Skerið bita af hirsi með ferhyrndu til ferningslaga lögun, smyrjið því með grænmetispaté eða hnetusmjöri, bætið við úrvals salati, fínskornu radísum, sneið af tofu, meira salati og nokkrum spírum, annarri sneið, skerið annan bita af hirsi af sömu stærð og dreifið því með því sem við viljum og setjið á hvolf til að hylja samlokuna. Skreytið með ristuðum sesamfræjum ofan á.

50. TÓMATBASILUKAMÖKUR

Hráefni

- 2 - 3 tómatar skornir langsum
- 1 ríkuleg klípa af salti
- 1 msk ólífuolía
- 1 - 2 þurrkaðar ítalskar kryddjurtir
- 1 dash af balsamikediki
- 2 brauðsneiðar
- Vegan rjómaostur
- 4 - 5 basilíkublöð
- Svartur pipar

Undirbúningur

1. Hitið pönnu yfir meðalhita með olíu og kryddjurtum. Þegar það er heitt skaltu bæta tómötunum í einu lagi.
2. Bætið salti við. Þegar þær eru orðnar mjúkar, bætið skvettu af balsamikediki út í á meðan þið hristið pönnuna.
3. Slökktu á eldinum. Þetta ferli ætti aðeins að taka nokkrar mínútur.
4. Smyrjið brauðinu með ostinum, bætið söxuðu basilíkunni og möluðum pipar út í.
5. Setjið tómatana ofan á.
6. Grillið samlokuna eða einfaldlega ristið brauðið fyrst og bætið svo tómötunum og ostinum út í.

51. NÓPAL SMORKA

Hráefni

- 2 sneiðar af heilhveitibrauði
- 2 msk steiktar baunir
- 2 salatblöð
- 2 litlar nópalar
- 100 g sojaostur
- Salt og pipar eftir smekk
- 1 tsk. ediki

Undirbúningur

1. Ristið 2 nopales með salti og pipar eftir smekk í 5 mínútur og gratínið ostinn ofan á nopalinn.
2. ristaðu 2 brauðsneiðarnar.

3. Þegar brauðið er ristað dreifið 2 tsk af baunum út
4. Bætið nopales með osti, salatinu, avókadóinu, tómötunum út í brauðið og bætið smá snertingu af ediki.
5. skera samlokuna í tvennt.

52. HÁSAMLAKA MEÐ AVOCADO ALI-OLI

Hráefni fyrir 2 manns:

- 1 avókadó
- 1/2 hvítlauksgeiri
- 1 tsk umeboshi-mauk
- 1/2 sítrónu
- 2 gulrætur, rifnar
- spíraði
- ýmsar gerðir af grænum laufum (lambasalat, rucola..)

Fyrir "brauðið":

- 1/2 glas af sesamfræjum
- 1/2 bolli graskersfræ
- 1 stór gulrót, fínt rifin

- 2 matskeiðar þurrkað laukkorn
- 2 matskeiðar þurrkuð basil

Sérstök eldhúsáhöld:

- Dehydrator (eða þurrkað í sólinni, eða bakað við lágmarkshita með viftunni og með hurðina örlítið opna til að dreifa loftinu)

Undirbúningur:

1. Kvöldið áður en brauðið er búið:
2. myljið allt hráefnið, bætið við smá vatni þar til við höfum viðráðanlega áferð, dreifið því á paraflexx plötu eða á bökunarpappír (setjið 3 lög) og þurrkið af við 105°F í 8 klukkustundir. Í lok þessa tíma skaltu snúa því við og þurrka í 1 klukkustund til viðbótar án pappírs eða álpappírs.
3. Gerðu avókadó ali-oli: kreistu 1/2 sítrónuna og stappaðu hana með avókadó, hvítlauk og umeboshi mauki.
4. Dreifið brauðinu með ali-oli og fyllið með rifinni gulrót, grænu laufunum og spírunum.

53. SAMKVÆK AUK

Hráefni

- 1 franskbrauð
- 400 grömm af sætum kirsuberjatómötum
- 1 meðalstórt eggaldin
- 1 búnt basil, saxað
- 2 sneiðar af vegan osti-tofutti- (valfrjálst)
- Ólífuolía
- Salt
- Pipar

Undirbúningur

1. Forhitið ofninn.
2. Skerið tómatana í tvennt og leggið þá upp í eldfast mót.

3. Stráið ríflegri klípu af salti og 2-3 matskeiðum af ólífuolíu yfir.
4. Bakið í 70-80 mínútur í lágum ofni.
5. Afhýðið eggaldinið og skerið það í sneiðar.
6. Stráið ríflegri klípu af salti og 1/2 bolli af ólífuolíu yfir.
7. Bakið (lágt) í 35-45 mínútur, þar til eggaldinið er mjúkt og gullið.
8. Skerið brauðið í tvo jafna hluta.
9. Nuddið brauðið með ólífuolíu og bætið grænmetinu út í.
10. Bakið þar til brauðið er stökkt og "osturinn" bráðnar.
11. Settu saman 2 brauðhelmingana til að mynda samlokuna.

54. TOFU SAMMORKA MEÐ MAJONES OG FERSKUM JURTUM

Hráefni

- 1 meðalstór blokk af tófú (nóg fyrir samlokuna)
- 1/4 vegan majónesi
- 1 matskeið sinnep
- Fínt saxað sellerí eftir smekk
- 1 tsk sítrónusafi
- Ferskar kryddjurtir eftir smekk
- Salt eftir smekk
- Pipar eftir smekk
- Alfalfa
- Hvítt eða heilhveiti sneið brauð (vegan!, athugaðu merkinguna)

Undirbúningur

1. Fyrir þessa stórkostlegu uppskrift að grænmetismatargerð, byrjum við á að taka tófúið og mylja það, síðan í ílát blandum við því saman við vegan majónesi, sinnep, saxaða sellerí, sítrónu, ferskar kryddjurtir, pipar og salti eftir smekk. Við hrærum mjög vel til að búa til mjög þykkt deig.
2. Þegar það er tilbúið dreifum við brauðinu einfaldlega með þessu pasta og ofan á, setjum við smá ferskan heyi.

55. GRÆNTÆRSKOMANDI MEÐ GRUSKERMAJONES

Hráefni

- 1 meðalstórt eggaldin
- 1 meðalstór kúrbítssquash
- 4 sneiðar af graskers
- Grænmetissoð í duftformi
- Vegan ostur
- Salt c/n
- Olía c/n
- Vatn c/n

Undirbúningur

Graskermajónes:

1. Á pönnu setjum við graskerið skorið í teninga jafnt

2. Við setjum vatn til að hylja teningana, stráum duftformi grænmetiskraftsins yfir og látum elda þar til teningarnir eru soðnir.
3. Þegar búið er að elda, takið þá af hellunni (ekkert vatn ætti að vera eftir, þar sem það er neytt við eldun), setjið teningana í skál, bætið jógúrtinni út í og vinnið.
4. Saltið rétt og pipar ef þarf.

Fyrir samlokufyllinguna:

1. Flökuðu eggaldin og kúrbít og grillaðu þau.
2. Veldu lágt brauð með smá mola en langt.
3. Dreifið því með majónesi og fyllið.
4. Þú getur bætt við spírum, avókadóbátum og salatlaufum.

56. AUGLÓNTAPAÐSAMKOMUR

Hráefni

- 4 sneiðar af heilhveitibrauði
- Tahini
- Ólífur
- Hvítlaukur og sítrónusafi
- Ólífuolía og salt

Undirbúningur

1. Eggaldin eru bakuð í 20 mínútur.
2. Þau eru afhýdd og mulin með sítrónusafa, hvítlauk, tahini og olíu, kryddað eftir smekk.
3. Sneiðunum er dreift með þessum pate, skornar í tvennt, rúllaðar upp og skreyttar með ólífum.

57. SMORKA MEÐ TOFU

Hráefni

- 1/4 kíló af þéttu tofu
- Ólífuolía
- Þroskaður tómatur
- Pan
- Avókadó
- 6 tsk hvítlauksduft
- 6 tsk laukduft
- 1/2 tsk salt
- 1 tsk svartur pipar
- 1 tsk kúmen
- 1 tsk rauð paprika
- Salat

Undirbúningur

1. Settu tófúið í gegnum ólífuolíuna og síðan í gegnum kryddblönduna.
2. Steikið í smá ólífuolíu við háan hita þar til þær eru gullinbrúnar. Settu samlokuna saman með því að skera brauðið í tvennt og fylla það með salati, tómötum, avókadó og tofu.

58. KÍNÓA OG SVEPPLASAMMORKA

Hráefni fyrir 2 manns:

- 1 pottur af quinoa
- 1 laukur skorinn í hálft tungl
- klípa af túrmerik
- sjávarsalt
- 2 glös af vatni
- 1 hvítlauksgeiri, saxaður
- 1 fínt rifin gulrót
- 7 sveppir
- ristaðar furuhnetur
- ólífuolía
- sojasósa (tamari)

Undirbúningur:

1. Þvoið kínóa, hitið smá olíu í potti og brúnið hakkað hvítlauk, bætið kínóa út í og ristið í 2 mínútur. Bætið svo við 2 glösunum af vatni, klípu af salti og túrmerikinu, látið suðuna koma upp, lækkið í lágmarki og setjið lok á í 20 mínútur.
2. Setjið í stóra skál til að kólna og bætið rifnu gulrótinni út í. Leggið það flatt á disk (til að geta síðar skorið).
3. Steikið laukinn með smá ólífuolíu og salti í 10 mínútur, bætið við sveppunum og skvettu af sojasósu, steikið þar til vökvinn gufar upp, bætið við nokkrum furuhnetum og blandið saman.
4. Mótið sem samloku með lagi af kínóa, sveppamaukinu og öðru af kínóa. Skreytið með sveppum og furuhnetum.

59. SÆRÐ TÓFU SAMKOMA

Hráefni

- 2 sneiðar Thins 8 korn
- ½ blokk af föstu tófúi
- 1 tsk eplaþykkni
- 2 tsk tamari eða sojasósa
- 1 cm fersk engiferrót
- 75 gr. kasjúhnetur (lagðar í bleyti í 2 klst)
- Safi úr hálfri sítrónu
- 1 hrúga msk af bjórgeri
- Graslaukur, saxaður eftir smekk
- Nokkur rauð salatblöð
- Skal
- Vatn

UNDIRBÚNINGUR

1. Til að brasa tófúið skerum við það fyrst í stór þunn flök og steikjum það á pönnunni með smá olíu þar til það er gullbrúnt á báðum hliðum. Aftur á móti afhýðum við engiferið og rífum það. Við bætum því á pönnuna ásamt tamari sósu (eða sojasósu) og eplaþykkni. Við bætum líka vatni til að hylja tófúið. Látið elda við vægan-miðlungshita þar til vökvinn hefur verið uppurinn.
2. Til að undirbúa sýrða rjómann munum við mylja kasjúhneturnar (áður liggja í bleyti í tvær klukkustundir), með bjórgerinu, sítrónusafanum og smá vatni. Þegar við erum komin með vel muldar kasjúhneturnar bætum við vatni smátt og smátt út í þar til við fáum rjóma, meira og minna þykkt eftir smekk, og salti. Við munum bæta snertingu við sýrða rjómann með því að bæta við smá graslauk.
3. Við setjum saman þunnu samlokuna okkar og röðum saman grunni af rauðum salatlaufum, steiktu tófúflökum og sýrðum rjóma.

60. GRENSAMASAMMORKA

Hráefni:

- 2 gulrætur
- 4 matskeiðar maís
- 1/2 kúrbít
- 3 radísur
- nokkur kál eða kál
- blöð
- nokkur batavia salatblöð
- 1 bolli ferskt lambasalat
- 2 tómatar
- malaður svartur pipar
- salt eftir smekk
- 8 sneiðar af brauðsneiðum eða samlokubrauði

- Fyrir veganesa (jurtamajónesi):
- 50 ml af sojamjólk (ekki sæt)
- 150 ml af sólblómaolíu
- 1 matskeið af eplaediki
- 1/2 tsk sinnep
- 1/4 af hvítlauksrif (án tauga)
- Salt eftir smekk

Undirbúningur

1. Setjið brauðsneiðarnar til að rista í brauðristina eða á flata pönnu, í lotum, á meðan við gerum fyllinguna.
2. Þvoið allt grænmetið vel. Julienne (í höndunum eða með mandólíni, eða ef þú átt ekki, berið fram með raspi með stórum götum) gulrætur, kúrbít, kál og radísur, blandið þeim saman við maís, stráið öllu yfir klípu af salti (minna en 1/4 teskeið) og settu það í skál á gleypið eldhúspappír.
3. Skerið aftur á móti tómatana í þunnar sneiðar og salatið í meðalstóra bita.
4. Til að gera vegan, setjið sojamjólkina og sinnepið í hátt ílát sem er aðeins breiðara en armur hrærivélarinnar (eða notaðu blandara) og þeytið á meðalhraða og bætið olíunni smám saman út í. af sólblómaolíu, reyndu í upphafi að hreyfa ekki hrærivélina, þar til hann hefur fleyti. Haltu áfram að þeyta og

bæta olíunni út í og bæta svo restinni af hráefninu fyrir vegan. Smakkið til og bætið salti við ef þarf.

5. Takið eldhúspappírinn af hráefninu sem við höfum skorið í julienne og blandið því saman við vegan. Með þessu höfum við nú þegar samlokufyllinguna okkar.

6. Til að setja saman hverja samloku setjum við á nýristuðu brauðsneið nokkra salatbita, síðan tómatsneiðar, stráum svörtum pipar yfir og höldum áfram með nokkrar matskeiðar af fyllingu og endum með meira salati, lambalati og annarri sneið af brauð.

61. TOFU OG MISO SAMBORKA

Hráefni

- 2 msk rautt misó
- 2 matskeiðar sítrónusafi
- 2 msk sykur
- 2 msk tamari eða sojasósa
- 1 msk næringarger
- 1/4 tsk fljótandi reykur
- 1 pakki þétt tófú tæmd

Undirbúningur

1. Forhitið ofninn.

2. Vefjið tófúinu (sem er þegar búið að tæma) inn í pappírsþurrkur og setjið eitthvað þungt ofan á í 10-20 mínútur.
3. Takið tófúið upp og skerið í þunnar sneiðar.
4. Setjið í skál með marineringunni og látið standa í 10 mínútur. Bakið í 20 mínútur.
5. Takið úr ofninum og látið kólna.
6. Fyrir marineringuna skaltu blanda saman misó, sítrónu, sykri, tamari, geri og reyk.
7. Gerðu samlokuna með ristuðu brauði, spínatilaufum og vegan majónesi.

62. VILLITASPARS- OG SVEPPASAMKA

Hráefni

- 4 litlar brauðsneiðar
- 5 grænir aspas
- 6 litlir sveppir
- 2 sneiðar af lauk
- 2 Kaliforníu plómur, grýttar
- Hvítur pipar
- Olía
- Vatn
- Salt

Undirbúningur

1. Bætið teskeið af olíu á litla pönnu og hitið. þegar það er heitt bætið við aspasnum og kryddið þá. Steikið þær í um 3 mínútur við háan hita með loki á pönnunni (svo það skvettist ekki).
2. Setjið sneið af brauðsneiðum á disk og leggið aspasinn vel stilltan ofan á. hyljið þá með annarri brauðsneið.
3. Bætið annarri teskeið af olíu á sömu pönnu, hitið og setjið sveppina saman með áður aðskildum stilk. klípa af salti, lokið á og yfir háum hita í 3 mínútur í viðbót, hrærið af og til svo þær séu tilbúnar á báðum hliðum. settu þær á brauðsneiðina, mynduðu aðra hæð og hyldu þær með annarri brauðsneið.
4. Við komum aftur á pönnuna og setjum lauksneiðarnar með dropa af olíu og salti. háan hita og hyljið í eina mínútu. Þegar hún er orðin gullinbrún, bætið þá 2 plómunum, skornum í litla bita saman við með skvettu af vatni (u.þ.b. 3 msk). Við setjum yfir háan hita og hrærum þar til vatnið gufar upp.
5. Við dreifum þessari blöndu yfir fyrri brauðsneiðina til að mynda þriðju hæð. Leggið aðra sneið yfir, myljið allt örlítið með hendinni og takið alla samlokuna á pönnuna til

að rista brauðið aðeins, án olíu eða fitu því það er óþarfi. við snúum okkur að ristað brauð hinum megin.
6. Við setjum það á disk og skerum það í tvennt til að borða þægilegra.

63. SAMLAKA MEÐ GÚRKUM, GULROTUM OG SPINATI.

Hráefni

- 2 hveiti tortillur (notaðar til að gera mexíkóska tacos)
- 1/2 bolli hummus
- 1 lítil agúrka, mjög þunnar sneiðar (um það bil 1/2 bolli)
- 1 gulrót, rifin (um 1/3 bolli)
- 1 og 1/2 msk tamari (eða sojasósa)
- 1 og 1/2 msk hrísgrjónaedik
- Svartur pipar
- 2 handfylli af barnaspínati
- Tabasco valfrjálst

Undirbúningur
1. Blandið gúrkunni saman við gulrótina.
2. Bætið tamari og hrísgrjónaediki út í og hrærið.
3. Látið marinerast í 5-10 mínútur (eða meira, ef vill).
4. Hitið tortillurnar (það má vera í örbylgjuofni í nokkrar sekúndur með pappírshandklæði undir eða á pönnu).
5. Dreifið tortillunum með hummus, 3-4 msk hver, passið að þekja allt yfirborðið.
6. Þetta mun hjálpa samlokunni að festast.
7. Setjið gúrkur í lag, síðan gulrætur og stráið ferskum pipar yfir.
8. Bætið við lagi af barnaspínati.
9. Rúllið þeim upp og hitið á pönnu til að búa til þessi gullnu merki.
10. Berið fram og borðið strax.

64. VEGAN TOFU SAMMORKA

Hráefni

- Tofu fyrirtæki
- Brauð (mót)
- Ferskir tómatar
- Apríkósu eða romaine salat
- Sojasósa
- Cilantro
- Ólífu eða canola samþykkt

Undirbúningur

1. Fyrst og fremst þarf að skera tófúið í sneiðar og fjarlægja umfram mysuna.
2. Við hitum eldfasta pönnu með smá ólífuolíu. Setjið tófúið og skreytið með kóríandernum,

látið það brúnast aðeins þar til það fær stinnara á sig og ljúffengan gylltan lit á báðum hliðum. Við bætum við smá sojasósu til að gefa henni meiri lit og bragð. Við bíðum eftir að öll viðbætt sósan gufar upp og setjum á lágan hita.
3. Á meðan undirbúum við brauðið, ef þú vilt með smá vegan majónesi eða eitt sér.
4. Við bætum tófúinu sem þegar er eldað saman við sneiða tómatana , rómantíska salatið í bita. Þú getur líka bætt við smá jómfrúar sinnepi og það verður alveg ljúffengt!

65. VEGAN TAKE AWAY SAMMORKA

Hráefni:

- 1 eða 2 niðursoðnar piquillo paprikur.
- 1 rauðlaukur skorinn í nokkuð þykkar sneiðar (4 sneiðar)
- Stykki af grófskornum kúrbít.
- Salat
- Niðurskorinn náttúrulegur tómatur.
- Salt og ólífuolía
- Venjuleg (vegan) sojajógúrt
- Egglaust majónes)

Undirbúningur

1. Við setjum niðurskorinn graslauk og kúrbítinn á disk. Við bætum salti eftir smekk og

skvettu af ólífuolíu. við setjum þetta í örbylgjuofn í 2 mínútur á hámarksafli. þegar það er tilbúið setjum við það á samlokuna.
2. Við opnum piquillo paprikuna í tvennt og setjum hana á samlokuna ásamt restinni af hráefninu.

66. SMOKUR AF PÍTUBRAUÐI OG SANFAINA

Hráefni

- 4 heilhveiti pítubrauð
- 2 eggaldin
- 2 kúrbít
- 3 skrældar tómatar
- 1 rauð paprika
- 2 saxaðir laukar
- 2 hvítlauksrif, söxuð
- Ólífur, steinselja og pipar
- Oregano ólífuolía og salt

Undirbúningur

1. Ílát með olíu er hitað sem lauknum er bætt við.
2. Eftir nokkrar mínútur er restinni af grænmetinu bætt út í með hvítlauk, steinselju og oregano og kryddað með salti og pipar eftir smekk.
3. Látið blönduna sjóða í 15 mínútur og bætið svörtu ólífunum út í.
4. Pítubrauðin eru bökuð, opnuð og fyllt með tilbúnu soðinu.

67. AVOKADÓSAMLAKA

Hráefni

- 2 sneiðar (á samloku) af brauði
- 2 - 3 msk súrkál
- 1/4 avókadó (avókadó) sneið
- 1 msk rifið tófú
- 2 - 3 msk sojamajónes
- 1 msk tómatsósa
- 2 matskeiðar smjörlíki

Undirbúningur

1. Smjörlíki er dreift á brauðið og ristað brauð.
2. Dreifið svo majónesi, tómatsósu og súrkáli yfir.
3. Settu síðan niðurskorið avókadó á eina brauðsneið og stráðu tófúinu yfir.

4. Smyrjið meira smjörlíki utan á brauðið og
5. Grillið þar til samlokan er gullinbrún, um 3-5 mínútur.

68. ZUCCHINI MUTABAL

Hráefni:

- 2 meðalstór kúrbít (700 g)
- 3 matskeiðar af hvítu tahini
- 2 hvítlauksgeirar
  2 matskeiðar af ósykri sojajógúrt
- 2 matskeiðar af sítrónusafa
- 4-5 myntu- eða spearmintlauf (má sleppa)
- 1 matskeið ólífuolía (má sleppa)
- $\frac{1}{4}$ tsk sæt paprika (má sleppa)
- $\frac{1}{4}$ teskeið salt

Undirbúningur

1. Forhitið ofninn í 200°C.
2. Þvoið kúrbítinn, fjarlægið oddinn (stöngulstykkið) og skerið í tvennt eftir endilöngu. Skerið á ská í kúrbítskjötið án þess að ná í hýðið (við viljum ekki skera það í bita en gera djúpar skorur til að grilla það aðeins hraðar) og stráið smá salti yfir.
3. Setjið kúrbítinn með andlitinu upp (húð á pönnu) á kökuplötu klædda bökunarpappír.
4. Setjið þær inn í ofn og látið þær steikjast í 30-35 mínútur þar til þið sjáið að þær eru mjúkar. Það þarf ekki að brúna þær.
5. Takið kjötið varlega úr kúrbítnum, með skeið, og setjið í blandaraglasið (Athugið: það má setja þær með hýði og öllu, en þar sem kúrbíturinn minn var mjög dökkur ákvað ég að bæta því ekki við). Ef þær brenna mikið, látið þær kólna aðeins.
6. Afhýðið hvítlauksrifið, skerið þau í tvennt og fjarlægið miðjuna. Setjið hvítlaukinn í blandarann með kúrbítnum og bætið við salti og tahini. Valfrjálst er hægt að bæta við möluðu kúmeni, ferskum kóríander og svörtum pipar. Þeytið það og bætið sítrónusafanum og sojajógúrtinni út í smátt

og smátt svo hægt sé að athuga hversu rjóman er. Haltu áfram að þeyta allt saman þar til þú færð slétt krem, þó ekkert gerist ef það eru bitar eftir. Smakkið til og leiðréttið saltið ef þarf. Ef þú heldur að blandan sé of þykk eða þykk, getur þú bætt einni eða tveimur matskeiðum af sojajógúrt í viðbót.

7. Þú getur borið rjómann fram heitt eða kalt. Notaðu ólífuolíuna, myntublöðin og paprikuna til að setja ofan á rétt áður en það er borið fram (það er valfrjálst), það gefur mjög gott bragð. Fylgdu því með brauði (pita, naan (gert með sojajógúrt og grænmetissmjörlíki), chapati, ristað brauð o.s.frv.) eða með grænmetisstöngum til að dýfa í. Þú getur líka notað það í samlokur og samlokur, það passar mjög vel með náttúrulegum tómötum, káli, seitan, gulrótum o.fl.

8. Mutabal er rjóma- eða grænmetispaté svipað og babaganoush, það er líka gert með eggaldin, en á mismunandi hátt og með mismunandi kryddi. Fræðilega séð er líbanski mutabal ekki eins mulinn og babaganoush (sem þarf að vera meira eins og fínn rjómi) og er venjulega borinn fram með granateplafræjum, en það er babaganoush

sem er borinn fram með ólífuolíu og papriku. Jæja, þessi uppskrift er blanda af hvoru tveggja, einnig gerð með kúrbít í stað eggaldins.
9. Ef þú átt ekki eða finnur ekki náttúrulega ósykraða sojajógúrt geturðu notað hvaða grænmetisfljótandi rjóma sem er til matargerðar eða soja, hrísgrjón, möndlumjólk eða hvað sem þér finnst best. Bætið því við smátt og smátt til að forðast að það verði of fljótandi, sérstaklega ef þú notar mjólkurlausa mjólk.

69. VEGAN KJÖTTBOLTASAMMORKA

Hráefni

Fyrir kjötbollurnar:

- 2 hvítlauksgeirar
- 2 portobello sveppir
- 2 matskeiðar fersk basil (1 grein)
- 1 bolli panko
- 1 bolli af soðnu kínóa
- 2 matskeiðar af þurrkuðum tómötum án olíu
- 1 matskeið krydduð tómatsósa
- 1 klípa af salti
- Ólífuolía

Fyrir samlokuna:

- 2 baguette-brauð
- 1/2 bolli vegan mozzarella ostur
- 1/4 af tómatsósu
- Fersk basilíka eftir smekk
- Salt eftir smekk

Undirbúningur

1. Setjið 2 hvítlauksrif og 2 portobellos á grill sem áður hefur verið húðað með smá ólífuolíu. Eldið við háan hita þar til báðar hliðar eru vel eldaðar og gullinbrúnar.
2. Settu portobellos, hvítlauk, basilíku, soðna kínóa, tómatsósu, panko og þurrkaða tómata í örgjörva og vinnðu í 1 mínútu eða þar til deigið er stöðugt. Bættu við meira panko ef blandan þín er blaut.
3. Mótaðu deigið þitt í kúlur. Hyljið kúlurnar með smá panko.
4. Setjið smá ólífuolíu á stóra pönnu og við meðalháan hita og bætið kjötbollunum saman við, steikið þar til þær eru gullinbrúnar. Bætið við tómatsósu til að hjúpa kjötbollurnar. Eldið við meðalhita í 4-5 mínútur.
5. Skreytið baguette að innan með tómatsósum og mozzarellaosti. Bætið kjötbollunum út í og

bakið í 8-10 mínútur. Þú getur húðað brauðið að utan með smá ólífuolíu áður en það er bakað til að brúna það.
6. Berið fram með ferskri basil og bætið við meiri tómatsósu ef vill.

70. FRÁBÆR KVÖLDVÖLDUR MEÐ VEGAN SÚRSLAÐRI SAMKOMUR

Hráefni

- 2 skammtar
- 3 sneiðar sveitabrauð
- 4 matskeiðar caserito súrsuðu grænmeti
- 1 glas af aguq með ís og sítrónu

Undirbúningur

1. Skerið sneiðar af sveitabrauðinu og setjið í kalda súrum gúrkur og búið til mjög vegan og hagnýtar samlokur.

71. SAMORKA DE MIGA "LÉTT"

Hráefni

- Mylsnabrauð (Bran) 10u
- 1 eggaldin
- 1 laukur
- 1 gulrót
- Salatblöð
- 1-2 tómatar
- Majónes
- Til að steikja eggaldin
- 1 skvetta olía
- Salt
- Pipar
- 2 matskeiðar sinnep

Undirbúningur

1. Við skerum eggaldinið í sneiðar. Við setjum á pönnuna til að elda með smá olíu, ásamt lauknum (skera í julienne). Þangað til bæði eru mjúk. Kryddið með salti og pipar. Áður en þær eru teknar af eldinum skaltu steikja áfram með smá sinnepi. Nú tökum við það af hitanum og skiljum það eftir í skál með pappír sem dregur í sig olíuna.
2. Nú rifum við gulrótina. Við skerum tómatana í sneiðar. Og við lögðum til hliðar, hvert og eitt í annarri skál
3. Nú, á borðið, setjum við disk af molabrauði og dreifum majónesi á það. Og ofan bætum við eggaldininu með lauk + rifnum gulrót. Við tökum annað brauð og smyrjum majónesi á það og lokum því. Ofan á sama brauð dreifum við meira majónesi. Í það lag setjum við tómatinn og kálið.
4. Til að klára setjum við majónesi á aðra hliðina á 3 brauðplötunni og lokum.

72. VEGAN SANGUCHE FRÁ SEITAN

Hráefni

- Krydd
- (Eftir smekk) Malaður svartur pipar (valfrjálst)
- 1 matskeið Provençal
- 1/2 tsk Fínt himalayan salt
- 1 matskeið púðursykur

Hráefni

- ólífudropar (fyrir brauð, seitan og tómata)
- 2 brauðsneiðar
- Grænmeti
- 1/4 bolli grænn laukur

- 1/4 bolli steinselja
- Ávextir og grænmeti
- 1 tómatur
- 1 sneið af lauk
- 1 feta pabbi

Undirbúningur

1. Við skerum sneið af seitaninu
2. Við útbúum tvær brauðsneiðar (heilhveiti ef mögulegt er) til að rista og lok sem inniheldur: púðursykurinn - Provençalinn og saltið
3. Skerið steinseljuna og græna laukinn mjög smátt.
4. Skerið tómatana í sneiðar (7 sneiðar ca.).
5. Skerið 1 sneið af lauk.
6. Skerið 1 kartöflusneið (við getum skilið hýðið eftir á henni)

*** Það sem skiptir máli er að kartöflurnar séu vel ristaðar.

1. Laukurinn er ristaður, en ekki svo mikið ... ****
2. Við eldum kartöfluna og nokkru síðar ceboia ♥.
3. Þegar þau eru meira eða minna eru þau fjarlægð í sérstakri plötu.

4. Við eldum seitanið með nokkrum dropum af ólífuolíu svo það festist ekki.
5. Við bætum við litla bollanum með kryddinu...
6. Sykur mun byrja að bráðna og ná fram "smá safa".
7. Nokkrum sekúndum síðar bætum við tómatsneiðunum við.
8. Og þegar hann byrjar að gefa út "Liquid".
9. Bætið saxaðri steinselju og græna lauknum út í, hrærið aðeins.
10. Dropar af ólífuolíu, og við sendum kartöflu og lauk til að halda áfram að elda ásamt undirbúningi. og við erum að bæta við pipar eftir smekk af og til.
11. Þegar kartöflun er; Við tökum allt af disknum á sérstakan disk og án þess að slökkva á hitanum byrjum við að búa til brauðið með öðrum dropum af ólífuolíu...
12. Hring og hring þar til þau eru ristuð og ... voaaalaa maestress
13. Gífurlegur chegusan.

73. VEGAN SAMBORKA

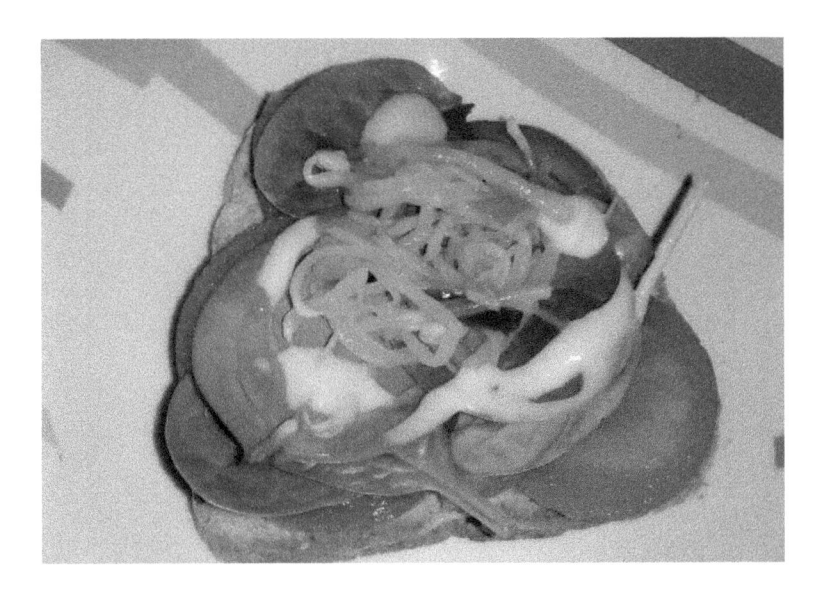

Hráefni fyrir 1 mann

- 1 tómataeining(ir) hálfskorinn tómatur
- 10 grömm af spínati 4 eða 5 blöð
- 1 klípa af baunaspírum eftir smekk
- 1 klípa af heilhveitibrauði

Undirbúningur

1. Skerið niður tómatana og setjið á pönnuna, setjið yfir spínatlauf og baunaspírur.
2. Þú getur sett smá grænmetissósu eða smá hummus og hún er mjög rík.

74. MJÖG AUÐVELT RÚGBRAUÐ

Hráefni fyrir 6 manns

- 1 teskeið af salti (að meðaltali betra)
- 1 tsk af púðursykri eða melassi
- 1 eining (r) af volgu vatni
- 300 grömm af öllu rúgmjöli
- 4 grömm af lyftidufti eða 25 g af ger. flott

Undirbúningur

1. Blandið vatninu saman við gerið og sykurinn í skál og látið standa í 5 mín.
2. Blandið saman hveiti og salti.
3. Blandið öllu saman án þess að hnoða og án krafts (ég notaði gaffal) þar til það er einsleitt.

4. Gerðu kúlu með deiginu með blautum höndum og láttu það hvíla í skál í 3 klukkustundir þakið filmu.
5. 20 mín áður en það er sett í ofninn forhitið það í 180° og setjið svo kúluna (þegar í mót) í ofninn 50 mín í miðlungs lágri stöðu og með hita upp og niður án lofts. Takið út og látið kólna.

75. HVÍTLAUKSBRAUÐ

Hráefni fyrir 4 manns

- 1,5 einingar af hvítlauk
- 2 matskeiðar fersk steinselja
- 3 matskeiðar smjörlíki
- 125 grömm af baguette (eitt baguette)

Undirbúningur

1. Taktu smjörlíkið úr kæli til að mýkja það áður en þú byrjar á uppskriftinni.
2. Setjið steinseljuna og afhýðaðan hvítlauk í blandarann þar til það er fínt, bætið smjörlíkinu út í og blandið aftur. Ef þú átt ekki pressuvél, saxaðu hvítlaukinn í mortéli og blandaðu saxaðri steinselju saman við, blandaðu síðan smjörlíkinu með gaffli.

3. Skerið brauðið á ská án þess að ná í botninn svo það brotni ekki og fyllið í hverja holu með smjörlíki, steinselju og hvítlauksblöndu.
4. Vefjið baguette inn í álpappír og bakið við 200°C í 7 mínútur.

76. GRÆNTASAMMORKI

Hráefni fyrir 1 mann

- 50 grömm af tómötum
- 30 grömm af salati
- 2 einingar af aspas
- 60 grömm af brauðsneiðum 2 sneiðar
- 1 matskeið af Hacendado laktósalausri eggjalausri sósu

Undirbúningur

1. Við skerum tómatinn í sneiðar, smurðum brauðinu með sósunni og tökum hitt hráefnið með.

77. LÉTT GRENSAMASAMMORKA

Hráefni fyrir 1 mann

- 1 klípa af spínati (nokkur laufblöð)
- 1 matskeið af Piquillo pipar (bátur) (ein eining)
- 1 matskeið hummus
- 50 grömm af fræbrauði

Undirbúningur

1. Opnaðu brauðið og smyrðu hummus eftir smekk.
2. Opnaðu papriku í tvennt og settu ofan á brauðið.
3. Settu svo spínatblöð, lokaðu og: borðaðu!

78. PYLSTUGERÐ PYLSA FYRIR SAMLOKKUR

Hráefni fyrir 6 manns

- 1 tsk Hvítlaukur
- 1 tsk af oregano
- 1 matskeið af steinselju
- 2 glös af vatni
- 2 matskeiðar sojasósa (tamari)
- 2 matskeiðar af kúmeni
- 1 glas af brauðrasp
- 2 glös af hveiti glúteni
- 1 matskeið af stökkum steiktum lauk
- 0,5 tsk af Paprika de la Vera eða reyktri papriku

Undirbúningur

1. Blandið öllum föstu hráefnunum saman í stóra skál og blandið vel saman með skeið. - Sameina alla vökvana - Hellið vökvanum yfir fastefnið og blandið vel saman í nokkrar mínútur fyrst með skeiðinni og hnoðið það síðan. - Búið til rúllu með deiginu og pakkið því vel inn í plastfilmu, (við munum snúa því margar, þar sem þessi umbúðir munu þjóna okkur síðar til að geyma hana í ísskápnum). Við hnýtum það vel á endana eða með hnút, eða með eldhússtreng. (Þú sérð að það tekur aðeins á sig pylsuform, kringlótt og aflangt) - Með trétannstöngli skaltu stinga nokkrum sinnum á alla rúlluna á allar hliðar, þannig að deigið verði vel gert að innan. - Setjið vatnið sem við munum hafa sjóðandi til að elda í 1 klukkustund út í, snúið því við nokkrum sinnum. - Takið úr vatni og látið kólna.

79. SVEPPER, SPINAT OG TÓMATARSAMMAKA.

Hráefni fyrir 1 mann

- 1 eining (r) af rifnum tómötum
- 1 msk spínat eða eftir smekk
- 1 klípa af salti
- 1 klípa af hvítlauksdufti
- 1 klípa af Balsamic Edik af Modena kremi
- 1 teskeið af extra virgin ólífuolíu
- 1 glas af baguette á bar
- 2 glös af frosnum sveppum, handfylli í hverja samloku

Undirbúningur

1. Steikið sveppina með smá olíu, klípu af hvítlauk og salti þar til vatnið er uppurið.
2. Rífið tómat á brauðið.

3. Setjið hrátt spínat eftir smekk
4. Settu áður steiktu sveppina.
5. endið með ögn af balsamikediki af modena ofan á.
6. lokaðu samlokunni.

80. AREPA DEIG

Hráefni fyrir 2 manns

- 1 klípa af salti
- 1 glas af vatni
- 1 matskeið af ólífuolíu
- 300 grömm af forsoðnu hvítu maísmjöli

Undirbúningur

1. Hellið um einum og hálfum bolla af vatni í skál, bætið salti og ögn af olíu út í, bætið hveitinu smám saman út í vatnið, forðist að kekkir myndist, hnoðið með höndunum og bætið við hveiti og vatni smátt og smátt þar til það fæst slétt mjúkt deig sem festist ekki við hendurnar. Mótið meðalstórar kúlur og fletjið þær út og myndið örlítið þykka og

samhverfa hring. Steikið þær eða eldið þær í ofni og takið þær út þegar þær eru orðnar gullinbrúnar. Þeir eru bornir fram í augnablikinu, með eða fyllt með grænmeti, tófú, sósu...

81. RÚLLSAMLAKA

Hráefni fyrir 6 manns

- 250 grömm af sólblómaolíu
- 60 grömm af ólífum / grænum ólífum
- 60 grömm af Piquillo pipar (bátur) í strimlum
- 35 grömm af sinnepi
- 10 grömm af kapers eða varla, jöfn matskeið (valfrjálst)
- 0,5 tsk Himalayan bleikt salt (ekki Himalayan, KALA NAMAK)
- 70 grömm af niðursoðnum hvítum aspas (fjórir meðalstórir meira eða færri)
- 30 grömm af rauðkáli
- 450 grömm af heilhveitibrauði án skorpu (20 sneiðar, sem er heill pakki)

- 100 grömm af Hacendado sojadrykk
- 1 eining af náttúrulegum soja eftirrétt með Sojasun bifidus (þó ég noti Sojade)
- 30 grömm af niðursoðnum maís (tvær matskeiðar)

Undirbúningur

2. Þetta er eins og saltur sígaunahandleggur, sagði mamma þegar hún sá hann fyrst.
3. Og það er eitthvað svoleiðis. Það fer langt fyrir óundirbúna kvöldverði eða litríkan forrétt eða hvað sem er.
4. Ef þú gerir það með þessu sérstaka upprúllubrauði verður það frambærilegra, en ég geri það með venjulegu skorpulausu sneiðbrauði og það lítur vel út.
5. Búðu til vegan fyrst (olía + sojamjólk + kala namak salt + hálf teskeið af xantangúmmí ef þú átt) og settu í ísskáp.
6. Vættið þunnan klút eða stóran klút og dreifið honum á borðið eða borðið. Farðu að setja brauðsneiðarnar mjög þétt saman þar til klútinn er þakinn. Ég geri það venjulega í 4 línum x 5 dálkum.
7. Takið vegan út og bætið sinnepi og jógúrt út í og dreifið yfir allan botninn.

8. Skerið ólífurnar í sneiðar (4 koma úr hverri), aspasinn í tvennt eftir endilöngu og rauðkálið í strimla.
9. Farðu að setja það í dálka og skildu eftir smá bil á milli hvers og eins. Ég meina, piparsúla, önnur af ólífum, annar af aspas... þangað til plássið klárast.
10. Dreifið síðan maísnum og kapersunum þannig að þær verði mjög þunnar á milli holanna.
11. Nú með hjálp klútsins, veltið efninu mjög varlega samsíða súlunum og herðið svo að það verði þétt. Þegar það hefur verið sett saman skaltu vefja því upp með því að rúlla því upp með klútnum og setja það í sjálfan pokann þar sem sneið brauðið kom. Lokaðu því með gúmmíbandi og ef það gefur þér ekki þá skiptir það engu, settu svo gúmmíið á það sem stendur upp úr klútnum. Setjið það í ísskáp í nokkra klukkutíma og svo er hægt að pakka því upp, skera það og bera fram ofan á salat.

82. GRÆNTAMÁL OG GÚRKUSAMLOKA

5 mínútur

Hráefni fyrir 1 mann

- 30 grömm af agúrku
- 2 msk Ostur Herb Hvítlaukur Vegan ostaálegg
- 60 grömm af heilhveitibrauði (2 sneiðar)
- 1 klípa af lime safi (dropar)

Undirbúningur

1. Forvitnileg en ljúffeng og létt samsetning fyrir ferskan og seðjandi kvöldverð. (eða forréttur eða pinchín eða hvað sem þér dettur í hug)
2. Eins auðvelt og að dreifa vegadelphia og skera nokkrar sneiðar af gúrku. Bætið lime dropunum ofan á gúrkuna og dragið: B

83. FALAFEL, PIQUILLO PIQUR OG VEGAN SAMMORKA

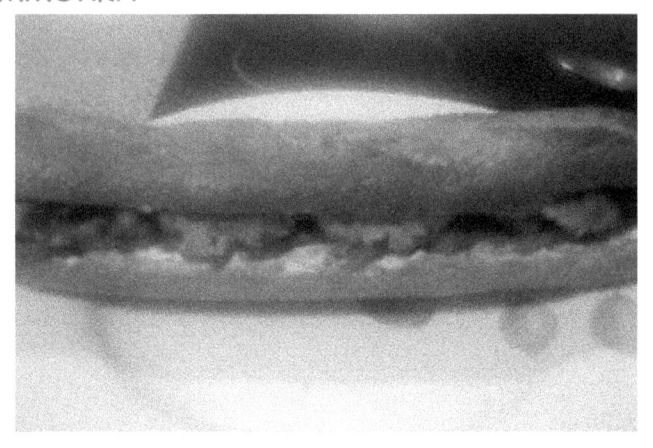

Hráefni fyrir 1 mann

- 30 grömm af Piquillo pipar (dós)
- 1 tsk af sesamfræjum
- 2 einingar af Falafel
- 2 teskeiðar af laktósalausri eggjalausri sósu Hacendado veganesa
- 1 eining (r) af heilhveitibrauði með fræjum

Undirbúningur

1. Við undirbúum falafel (steikt eða bakað).
2. Við opnum brauðið og hitum það.

3. Við þekjum með veganesa og setjum sesamið.
4. Við setjum falafelið og fletjum það aðeins út.
5. Við setjum nokkrar sneiðar af piquillo pipar.

84. SNJÓTT HEILHVEITI PIZZUBRAUÐ

Hráefni fyrir 1 mann

- 1 klípa af oregano
- 50 einingar af ólífum / ólífum með gryfju
- 40 grömm af pökkuðum steiktum tómötum
- 20 grömm af Vegan Edam Sheese osti Hvaða ostur sem bráðnar í ofni (vegan eða ekki, fer eftir matargerð)
- 40 grömm af niðursoðnum maís
- 2 einingar af Hacendado grófu sneiðu brauði

Undirbúningur

1. Ofninn er forhitaður í hámarksafl. Brauðsneiðar eru ristaðar létt í brauðristinni. Þau eru þakin tómötum og með

restinni af hráefninu eftir smekk. Þær eru settar inn í ofn á hámarksafli í svona 15-20 mínútur og voila!

85. TOFU SAMKOMUR

Hráefni fyrir 1 mann

- 1 tómatareining (r)
- 1 klípa af brauði eftir smekk, ég nota venjulega hálft brauð
- 125 grömm af köldu tofu

Undirbúningur

1. Við skerum tófúið í þunnar sneiðar og fórum því í gegnum pönnuna þar til það brúnaðist aðeins. Við skerum tómatinn í sneiðar og setjum hann við hliðina á tófúinu í samlokunni.

86. HÁTT VEGAN HØRFRÆBRAÐ

Hráefni fyrir 6 manns

- 1,5 glös af saxað sellerí
- 1 glas af rifnum gulrót, eða öðru grænmeti að eigin vali
- 1 eining (r) af vatni
- 4 matskeiðar af sólblómafræjum geta verið önnur fræ eða blöndur
- 1 glas af möluðum hörfræjum

Undirbúningur

1. Þeytið hráefnin þar til þú færð deig. Dreifið því út á smjörpappír og þurrkið af í sólinni í 3 eða 4 klukkustundir á hvorri hlið.
2. Við getum líka bætt við kryddi eins og oregano, dilli, basil...
3. Það er hægt að þurrka það í ofni við minna en 50 gráður og með hurðina opna.

4. brauð endist í allt að viku í kæli.

87. PÖGUBRAUÐ

Hráefni fyrir 6 manns

- 2 matskeiðar salt
- 200 grömm af vatni (ml)
- 500 grömm af hveiti (brauðmjöl)
- 150 grömm af graskersfræjum / fræjum (ýms fræ)
- 100 grömm af extra virgin ólífuolíu (ml)
- 100 grömm af maísolíu (ml)

Undirbúningur

1. Þeytið vatnið með saltinu og olíunum þar til fleyti fæst.
2. Setjið það í skál, bætið hveitinu og fræjunum út í smátt og smátt, blandið saman og hnoðið þar til þú færð deig. Dreifið

deiginu á vaxpappír ... og skerið það með hníf (ég hef skorið nokkra ferhyrninga).

3. Bakið í 25 mínútur eða, ef þið viljið hafa þær gylltari, 30 mínútur í ofninum sem er forhitaður í 180°C.

88. BRAUÐ MEÐ ÓLÍFUM

Hráefni fyrir 5 manns

- 10 grömm af salti
- 500 grömm af vatni (ml)
- 3 matskeiðar ólífuolía
- 500 grömm af hveiti
- 250 grömm af ólífum / svörtum eða grænum ólífum eftir smekk
- 1 klípa af fersku geri ein og hálf pilla

Undirbúningur

1. Við hitum vatnið í örbylgjuofni þar til við náum inn og brennum ekki. Um 35° eða 40° og við leysum upp gerið og látum það hvíla í 10 mínútur.
2. Hellið hveitinu í skál og gerið gat í miðjuna eins og eldfjall.

3. Nú bætum við ólífuolíu og 10 g. af salti. Við blandum vel saman og byrjum að hnoða.
4. Þegar hráefnin eru öll sameinuð tökum við deigið að marmaranum og hnoðum áfram þar til deigið festist ekki við hendurnar á okkur. Til þess verðum við að hafa í huga að við verðum að halda áfram að bæta við hveiti, ég bætti meira að segja við tæpum 200 g. plús. Málið er vitað þegar deigið er meðfærilegt og festist ekki við hendurnar.
5. Nú bætum við við ólífunum, sem við höfum áður skorið í sneiðar, og hnoðið áfram þar til allar ólífurnar eru komnar vel inn í deigið og gefur brauðinu það form sem við viljum.
6. Látið brauðið hvíla á bökunarplötunni ofan á marmaranum, í hálftíma eða 45 mínútur. Við munum vita að deigið hefur lyft sér þegar við sökkum fingrinum og ummerki hverfur á nokkrum sekúndum. Stráið olíuþræði yfir brauðið og setjið í ofninn við 220° í um hálftíma þar til það er gullinbrúnt. Við munum vita að brauðið er tilbúið þegar við stingum í það með tannstöngli og það kemur hreint út.
7. Þegar við höfum tekið það úr ofninum bíðum við eftir að það kólni aðeins og ... borðum!

89. KÚKÆTU-, BLÁBERJA- OG VALHNETUSALATSAMMA

Hráefni fyrir 4 manns

- 40 grömm af salati 4 stór blöð
- 40 grömm af saxað sellerí
- 1 klípa af pipar
- 40 grömm af valhnetum
- 1 klípa af salti
- 10 grömm af vatni 2 matskeiðar
- 40 grömm af sesammauki (Tahini) 4 matskeiðar eða vegan majónesi
- 30 grömm af graslauk (grænlaukur) saxaður
- 300 grömm af niðursoðnum kjúklingabaunum
- 20 grömm af eplaediki 4 matskeiðar
- 200 grömm af fjölkorna brauði 8 sneiðar

- 40 grömm af þurrkuðum bláberjum

Undirbúningur

1. Í skál útbúum við sósuna: við blandum tahini eða vegan majónesi saman við vatnið og edikið; þú getur bætt við smá maltsírópi.
2. Í annarri skál maukum við soðnar kjúklingabaunir, bætum við selleríinu, bláberjunum, söxuðum valhnetum, graslauk, salti og pipar og sósunni.
3. Við setjum salatblað ofan á 4 brauðsneiðar, setjum salatið ofan á og þekjum með öðru brauði.

90. RÓSMARÍN OG HLÁBRAUÐ

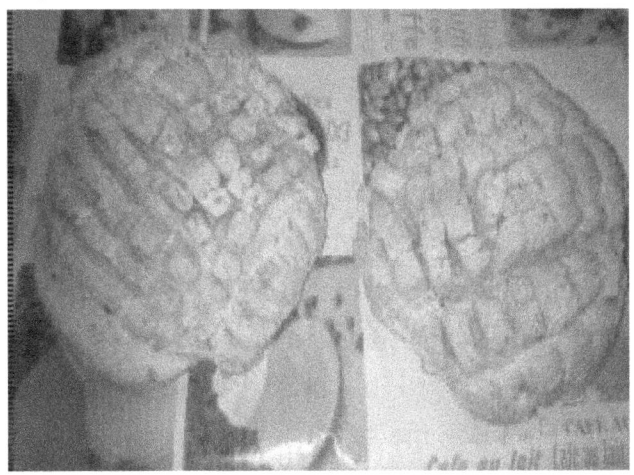

Hráefni fyrir 4 manns

- 1 matskeið rósmarín
- 1 tsk af púðursykri
- 350 einingar af sódavatni sköflungs
- 750 grömm af hveiti
- 2 tsk sjávarsalt
- 1 matskeið af extra virgin ólífuolíu
- 100 grömm af hörfræjum
- 25 grömm af fersku ger

Undirbúningur

1. með gerinu sem er leyst upp í vatni (helmingurinn af því sem kallað er á í uppskriftinni) og sykrinum, leysið það upp í tréskál og látið hvíla í 10 mínútur. Settu inn.

skál af hveitinu með gerinu og restinni af hráefnunum, hnoðið allt saman í um 10 mínútur og þegar það er orðið gott, hyljið með klút og látið gerjast í um eina og hálfa klukkustund, beinið ofnskúffunni með olíu og stráið hveiti yfir, gefðu deiginu æskilega lögun og gefðu því skáskorna (5 eða 6) 1 cm. hyljið aftur með klútnum í 45 mínútur í viðbót, þegar þessi tími er liðinn, hnoðið í smá stund þar til þú sérð góða samkvæmni og bakið síðan með ofninum áður heitum, við 230 gráður á milli 40 eða 30 mínútur eftir því hvaða lögun þú hefur valið (bollur, stangir, þræðir...)

91. VAÐKRUSA OG HUMMUS SAMMORKA

Hráefni fyrir 4 manns

- 1 klípa af salti
- 1 klípa af ólífuolíu
- 200 grömm af heilhveitibrauði
- 150 grömm af karsi
- 300 grömm af hummus

Undirbúningur

1. Við þvoum karsuna og klæðum létt með salti og olíu.
2. Smyrjið brauðsneið með hummusinum, setjið handfylli af karsa ofan á og hyljið með annarri sneið.

92. ÞUNG RÚSÍNU- OG VALHNETUBRAUÐ

Hráefni fyrir 6 manns

- 4 einingar af skrældar valhnetum
- 5 grömm af salti
- 200 grömm af vatni
- 350 grömm af hveiti
- 3 matskeiðar rúsínur
- 10 grömm af fersku ger

Undirbúningur

1. 1. Setjið hveitið í stóra skál og gerið gat í miðjuna.
2. Við losum gerið í skál með fjórum matskeiðum af volgu vatni. 3. Hellið þessu undirbúningi, ásamt restinni af volgu vatni og salti, í holuna á hveitinu.

3. Blandið deiginu saman smátt og smátt með höndunum þar til það losnar frá veggjum skálarinnar og hefur einsleitt og þétt yfirbragð.
4. Við setjum deigið á borðplötuna í eldhúsinu okkar, áður rykhreinsað með smá hveiti, og hnoðum deigið í 10 mínútur og bætum við eins litlu hveiti og mögulegt er í þessu ferli.
5. Við líkjum deigið, annaðhvort í formi brauðs eða í formi stangar, og setjum það á ofnskúffuna, áður hveitistráða.
6. Við gerum nokkra litla skurð í efri hlutanum og setjum í ofninn í 50 mínútur við 190°.

93. ÁLFALFA SPRUTASAMKOMUR

Hráefni fyrir 1 mann

- 0,5 tómatareining(ur) skornar í sneiðar
- 1 klípa af salati eitt eða tvö blöð
- 1 matskeið af rifnum gulrót
- 30 grömm af ananas ein sneið
- 1 bolli af spíruðu heyi
- 60 grömm af heilhveitibrauði tvær sneiðar
- 2 teskeiðar af Hacendado laktósalausri eggjalausri sósu

Undirbúningur

1. Smyrjið báðar brauðsneiðarnar með vegan.
2. Setjið alfalfa spíra, salat, tómata, rifna gulrót og ananas sneið.

3. Hitið og berið fram.

94. FÍKUMBRAUÐ

Hráefni fyrir 4 manns

- 50 grömm af valhnetum
- 1 klípa af grænmetissmjörlíki til að dreifa mótinu
- 100 grömm af hveiti
- 100 grömm af hráum möndlum (án skeljar)
- 1 glas af Anís
- 500 grömm af þurrkuðum fíkjum
- 5 matskeiðar af Yosoy hrísgrjónadrykki eða hvaða grænmeti sem er

viðgerð

1. Saxið þurrkaðar fíkjur, saxið möndlurnar smátt og blandið öllu saman við hveitið í skál, saxið valhneturnar og bætið í skálina.
2. Bætið anís og jurtamjólk út í. Blandið öllu vel saman, smyrjið smjöri í mót og bætið fyrri blöndunni út í.
3. Hyljið með álpappír og bakið við 160°C í 30 mínútur.
4. Þegar fíkjubrauðið er tilbúið, látið það hlýna og taka úr mold.

95. KÆKÆTUSALATSAMMA

Hráefni fyrir 2 manns

- 40 grömm af salati
- 1 eining (r) af hvítlauk
- 5 grömm af laukdufti
- 0,5 einingar af gúrku
- 10 grömm af blaðlauk
    - glas af kjúklingabaunum í bleyti í 8 klst
- 1 eining af avókadó
- 2 klípur af salti
- 30 grömm af súrsuðum gúrkum
- 2 grömm af þaraþangi
- 1 matskeið sítrónusafi
- 100 grömm af heilhveitibrauði 4 sneiðar

- 15 grömm af stökksteiktum lauk

Undirbúningur

1. Við eldum kjúklingabaunirnar, tæmum þær og myljum þær saman með bleytu þanginu. Það þarf ekki að vera maukað heldur frekar "klumpað".
2. Saxið súrum gúrkum, blaðlauknum, hvítlauksgeiranum og blandið saman við kjúklingabaunirnar. Kryddið og bætið tófúinu eða sojasósunni út í.
3. Við skerum gúrkuna og avókadó í sneiðar.
4. Við setjum saman samlokuna. Á sneið setjum við þykkt lag af kjúklingabaunasalati, þekjum það með smá steiktum lauk, salati, gúrku og avókadó. Hyljið með annarri brauðsneið. Við hitum samlokuna aðeins í ofninum.

96. MÚSAR

Hráefni fyrir 4 manns

- 100 grömm af brauði
- 1 teskeið af extra virgin ólífuolíu

Undirbúningur

1. Þetta er kjánaleg uppskrift en ég nota hana mikið til að setja út í mauk eða súpur og nýta brauðið sem stendur eftir.
2. Við skerum brauðið í litla ferninga.
3. Við setjum brauðið í mjög heita olíu, gætum þess að fara í kringum það til að brenna ekki þar til það er gullbrúnt.
4. Við tökum út og setjum á gleypið pappír.
5. Ef við viljum getum við sett hvítlauksrif í olíuna.

97. HARFARAÐUR

Hráefni fyrir 6 manns

- 250 grömm af höfrum
- 1 glas af sólblómaolíu
- 0,5 glas af hvítum sykri
- 175 grömm af heilhveiti
- 2 matskeiðar chiafræ
- 1 matskeið af vanilluþykkni
- 2 matskeiðar lyftiduft

Undirbúningur

1. malið chiafræin og bleytið þau í 1/2 litlu glasi af vatni. blandið saman þurrefnunum og bætið svo olíunni og chia-inu saman við. búið til þétt deig ef hveiti vantar bætið við smátt og smátt. Búið til form og bakið í 10 mínútur á hvorri hlið.

98. VEGAN TOFU RÚGBRAUÐSAMMAKA

Hráefni fyrir 1 mann

- 0,5 tómataeiningar (r)
- 1 klípa af salati laufblað
- 0,25 laukeiningar (r)
- 1 klípa af svörtum pipar
- 1 klípa af salti
- 50 grömm af Tofu nokkrar sneiðar
- 1 tsk sojasósa (tamari)
- 60 grömm af heilhveiti rúgbrauði (tvær sneiðar)
- 2 teskeiðar af Hacendado laktósalausri eggjalausri sósu

Undirbúningur

1. Setjið tófúið á pönnu með smá ólífuolíu.
2. Setjið sojasósu, smá salt og pipar.
3. Brúnið það á báðum hliðum.
4. Smyrjið vegan kjöti á rúgbrauð, setjið salat, sneiða tómata , lauk og tófú.
5. Hitið og berið fram.

99. HVEITARÚGUR OG SPELTABRAUÐ

Hráefni fyrir 4 manns

- 375 grömm af volgu vatni
- 1 matskeið af sjávarsalti
- 2 matskeiðar fræ / graskersfræ rasas
- 250 grömm af spelti (heilhveiti)
- 250 grömm af öllu rúgmjöli

Undirbúningur

1. Þú þarft líka 1 poka af heilhveiti geri
2. Blandið hveitinu saman í skál ásamt bakarageri og salti. Bætið vatninu út í og blandið saman með hjálp tréskeiðar. Það er betra að hella vatninu smátt og smátt og

athuga hvort deigið þurfi meira eða minna vatn. Þegar það hefur blandast vel saman skaltu setja plastfilmu yfir það og láta það gerjast í 2 tíma (eða jafnvel yfir nótt og bakað næsta morgun). Deigið er sett í aflangt mót sem er klætt með smjörpappír, krossskorið efst og við setjum graskersfræin ofan á, þrýstum þannig að þau festist vel við deigið. Bakið í klukkutíma, fyrstu 25 mínúturnar við 220 gráður og þær 35 mínútur sem eftir eru við 175 gráður. Mikilvægt er að ofninn sé forhitaður og opni ekki ofnhurðina á öllu ferlinu.

100. SAMLAKA MEÐ SEITAN, RISTINNI PAPRIKU OG SVEPPUM

Hráefni fyrir 1 mann

- 1 klípa af pipar
- 1 klípa af salti
- 1 matskeið af ólífuolíu
- 5 einingar af sveppum
- 40 grömm af brauði lítið samlokubrauð
- 40 grömm af Seitan
- 50 grömm af papriku

Undirbúningur

1. Seitanið er skorið í langar sneiðar og grillað með salti og pipar. Sveppir eru skornir niður

og steikt er með söxuðum lauk og hvítlauk. Ristuðu paprikurnar eru hitaðar á grillinu og brauðið ristað aðeins. Þegar samlokan er sett saman er seitan, paprika og sveppir sett ofan á neðri hluta brauðsins og þakið efri hlutanum. Það getur gefið þér hitaslag í ofninum.

NIÐURSTAÐA

Þegar þú nærð endalokum *Hin fullkomna vegan samlokumatreiðslubók* vonum við að þú hafir uppgötvað þá ótrúlegu fjölhæfni og sköpunargáfu sem hráefni úr plöntum færa eldhúsinu þínu. Samlokur eru meira en bara fljótleg máltíð; þau eru tækifæri til að gera tilraunir, deila og næra.

Hvort sem þú ert að búa til einfalt hádegisuppáhald eða setja saman flókið sælkerameistaraverk, mundu að hvert lag segir sína sögu. Með því að velja valkosti sem byggja á jurtum ertu ekki aðeins að tileinka þér heilbrigðari og sjálfbærari lífsstíl, heldur einnig að bæta skútu af samúð við hvern bita.

Nú er komið að þér að taka þessar uppskriftir, bæta við þínum eigin snúningum og deila þeim með heiminum. Vegna þess að þegar kemur að vegan samlokum eru möguleikarnir sannarlega óþrjótandi.

Þakka þér fyrir að taka þátt í þessu bragðmikla ferðalagi - gleðilega samlokugerð!